MW01686297

Dedicated ito sa mga textmates ko na sina: Noel, ang hubby ko na laging nanenermon sa text; Cristy, ang kapatid kong hindi na matapus-tapos ang teenage angst; Myline, ang isa ko pang kapatid na kadi-discover pa lang kay Harry Potter at galit na galit kay Snape; si Marcus na hindi na nauubusan ng green jokes; si Arlue na suplado at parang bored lagi sa buhay; at ang iba pa na hindi ko na po mabigyan ng panahong i-reply. Ay, at ang panganay kong si Nico na bagong texter at nahihirapan pang mag-text (mas gusto iyong games)! Enjoy! :):(:)

NOELLE ARROYO

NOELLE ARROYO

The Search For Emilio

PRECIOUS PAGES CORPORATION
Maynila Pilipinas
www.preciousheartsromances.com

First Printing 2006
ISBN 971-02-2716-7

PHR *Logo Design:* Vincent Kua
Cover Design: Jerome Bulos
Cover Illustration: Annie
Compuset: Mirasol S. Parayno

Editor: PHR Editorial Staff

Published by:
PRECIOUS PAGES CORP.
83 Sgt. E. Rivera St., SFDM
1115 Quezon City, Philippines
☎ (632) 367-6237 • (632) 367-6222
E-Mail Address:
phr_editorial@pldtdsl.net

Hong Kong Distributor:
VICTORY JEWELLERY CO.
Shop 370, 3rd Flr., World Wide Plaza
19 Des Voeux Road, Hong Kong

US Distributor:
TATAK PILIPINO
THE FILIPINO HERITAGE STORE
www.tatak.com
email: tatak@tatak.com
Tel: (323) 953-8660
Fax: (323) 953-1878

Printed in the Philippines

CHAPTER ONE

"DESPERADO na ako. Kailangan ko talaga ng isang tunay na lalaki," ani Casey Larosa. Sumandal siya sa office chair niya at itinuktok ang hawak na lapis sa ibabaw ng kanyang desk. "At hindi ako nagbibiro."

"Hindi lang ikaw ang nangangailangan ng lalaki. Tayong lahat na mga single," pabirong sabi ng may-edad na assistant niya na si "Mel," short for "Melchora." Nakaupo ito sa desk nito at ini-scan ang mga pahina ng manuscript na binabasa nito.

"Yes," aniya. Hindi sa sinabi nito siya sumang-ayon kundi sa imahe ng lalaki na nabubuo sa kanyang isip. "May tattoo, mukhang sanggano ang hitsura, ma-muscle ang katawan, as in literally muscle-bound."

Tumingin sa kanya si Mel. "Ahm... hindi ako sigurado kung eksaktong iyon ang gusto nating dalawa, hija."

Hindi niya pinansin ang sinabi nito. Tumayo siya at nagparoo't parito habang nag-iisip. Nang huminto siya sa tabi ng bintana ay nakakunot-noong tumingin siya sa labas niyon. "Nasaan siya? Saan ko siya makikita? Ang laki-laki nitong Maynila. Sigurado naman kahit isang ganoon ay mayroon dito, iyong wala pang thirty-five years old, hindi nag-aahit, hindi maarte, at hindi amoy-bagong eskapo mula sa isang perfume commercial."

"Siguradong makakakita ka ng ganoon kung pupunta ka sa ilalim ng mga tulay o kaya ay sa ilalim ng mga istasyon ng LRT."

Hindi uli niya pinansin ang pagbibiro nito. Humarap siya rito. "Ang kailangan ko sa front cover ay isang tunay na tao, Mel. So far, isa lang ang kakilala ko na puwede nating kuning modelo, si Ben, iyong police investigator na taga-NBI. Pero sigurado akong hindi siya papayag na magsuot ng swimming trunks. Napag-aralan ko na ang lahat ng sample pictures na ipinasa sa akin ng staff natin pero wala pa rin akong mapili sa mga iyon. Siguro, mali na nagpahanap ako ng pictures ng mga modelo. Kapag sa Lunes at wala pa rin akong nakuhang hunk, lagot ako."

"Hindi ko talaga maintindihan kung bakit namomroblema ka nang ganyan. Puwedeng-puwede mo namang makuha ang lahat ng klase ng lalaking gusto mo, pero bakit hindi mo pa rin mahanap ang gusto mo? Ihilera mo sa mesa mo ang mga pictures na iyon, `tapos, pumikit ka na lang at ituro ang isa. Kung alin ang maituturo mo, iyon na `yon. Bakit pinahihirapan mo pa ang sarili mo?"

"Mel, hindi mo pinakikinggan ang sinasabi ko. Perpekto ang lahat ng mga lalaki sa mga litratong iyon!"

Ibinaba nito ang manuscript na binabasa nito at tiningnan siya nito. "Nakikinig ako sa sinasabi mo, Lady Boss. Deperado ka sa isang lalaking hindi naliligo, may bad breath at may body odor."

Sa halip na magmura ay bumuntong-hininga siya. Importante para sa kanya na magtagumpay ang "Old Rose Romances." It was her concept. At ibinigay sa kanya ng publisher at may-ari ng Old Rose Publication na si CY Montenegro ang kalayaan na mag-hire siya ng pinaka-creative na mga writers, artists, at production personnel para sa naturang proyekto.

Buwan-buwan ay naglalabas ng dalawang nobela ang Old Rose Publication—isa mula sa point of view ng heroine kung saan larawan lang nito ang nasa front cover, at ang isa naman ay may point of view ng hero kung saan larawan lang din nito ang nasa front cover. Naglalagay lamang sila sa back cover ng libro ng "clinch shot," o shot kung saan kasama ng hero o ng heroine sa isang romantic or sizzling shot or pose, whichever the case might be, ang love interest ng mga ito.

Editor siya pero siya rin ang in-charge sa pagdya-judge at sa pagpili ng mga cover na ginagamit para sa bawat librong inilalathala nila. Kapag sa unang kita pa lamang niya sa larawan at hindi siya nagandahan doon, reject na agad sa kanya iyon.

Espesyal sa kanya ang mga librong ilalabas nila para sa Hunyo dahil iyon ang unang taong anibersaryo ng book imprint nila na Old Rose Romances. May napili na siyang modelo para sa kanilang heroine pero wala pa rin siyang napipiling modelo para sa kanilang hero. Why? Because she wanted their hunk for the month to be awesome.

"Wounded hero" ang tawag ng mga kasamahan niyang editors kay Emilio, ang hero sa nobelang *Cherish* na hinahanapan niya ng cover. Ex-convict at rebelde ito na bumalik para hanapin ang heroine na si Angel Lescano. Disagreeable ang panlabas na anyo at ugali ni Emilio dahil sa pagrerebelde nito. Napagbintangan kasi ito sa kasalanang hindi nito ginawa kaya naghihiganti ito.

"Haay..." bumubuntong-hiningang sabi ni Mel. "Kung naghahanap ka ng isang ex-con, bakit hindi mo subukang pumunta sa mga kulungan?" suhestiyon pa nito. Ibinalik nito ang atensiyon nito sa manuscript na binabasa nito.

Parang may lightbulb na sumindi sa isip niya pagkarinig niya sa sinabi nito. Bakit nga ba hindi? Bakit hindi agad niya naisip iyon? Naghahanap siya ng isang sangganong lalaki. And what better place to scout for one than in prison? Napalapit siya sa kanyang assistant at hinalikan niya ito sa noo.

"Thanks, Mel. Ang galing mo talaga."

"Ha?" gulat na sabi nito. Nang tila makuha nito ang sinabi niya ay nanghilakbot ito. "Casey, sabihin mong hindi mo ako sineryoso."

Ngumiti lamang siya.

"Shit!"

"I gotta go." Kinuha niya ang kanyang bag at saka siya nagtungo sa pinto.

"Casey!" pahabol na tawag nito sa kanya.

Hindi niya ito pinansin.

INIHINTO ni Casey sa parking lot ng New Bilibid Prison sa Muntinlupa ang kanyang kotse. Kung hindi lamang talaga niya kailangan ay hinding-hindi siya tutuntong sa lugar na iyon. Pero inaasahan siya roon ng taong katagpo niya. Si Ben ang nag-arrange sa lahat.

"No risk, no gain." Iyon ang motto niya. And so far, malayu-layo na ang narating niya dahil sa pagsunod niya sa naturang motto.

Pero kung itinuturing ng marami na matagumpay siya, iba ang totoong saloobin niya. Na dahil sa family background niya ay naging social outcast siya sa exclusive school na pinasukan niya mula elementary hanggang high school. She was an illegitimate child. Hindi siya matatanggap sa eskuwelahang iyon kung hindi dahil sa pera ng kanyang ama. At dahil apelyido ng nanay niya ang ginagamit niya, walang nakakaalam na ama niya ang mismong publisher niya.

Wala ring nakakaalam tungkol sa sandaling pakikipag-live-in niya sa isang lalaking kaklase niya noong college. Iyon lamang ang kaisa-isang relasyon na nagkaroon siya sa buong buhay niya. It pained her deeply when they parted ways. Mula noon ay iniwasan na niyang magkaroon ng romantikong relasyon sa isang lalaki.

Nabalik sa kasalukuyan ang diwa niya nang makita niyang maraming reporter sa parking lot. Napakunot-noo siya. Hindi niya inaasahan na may madadatnan siyang mga reporter nang magtungo siya sa New Bilibid Prison nang araw na iyon. Tatlong puting press vehicles ang nakaparada sa parking lot at nagkalat ang mga television crews and reporters. Kapagkuwan ay naagaw ang atensiyon niya ng isang lalaking may suot na vest. Kumakatok ito sa nakasarang bintana ng kanyang sasakyan kaya ibinaba niya iyon.

"Hi. Ako si Larry Garcia mula sa diyaryong *Nagbabagang Balita,*" pakilala nito sa sarili.

Oh, no, anang isip niya habang nakatingin sa mukha nito. Isang tabloid ang *Nagbabagang Balita* na kilala bilang pinaka-sleazy tabloid sa bansa.

"Narito ka rin ba para makita si Don Quintin?" tanong nito.

"Don Quintin?" nagtatakang tanong niya.

"Oo. Siya ang money launderer na ire-release ngayong araw. Reporter ka ba?"

Umiling siya. "May pi-pick up-in la— I mean, susunduin lang ako ngayon. Will you excuse me? Kailangan ko kasing mag-aircon." Hindi na niya hinintay na sumagot ito. Itinaas uli niya ang bintana. Nakahinga siya nang maluwag dahil nakaiwas siya sa karagdagang mga tanong nito. Baka madulas pa ang dila niya at masabi niya kung sino siya at kung bakit siya naroroon. Kailangan ng Old Rose ng publicity, pero hindi ang klase ng publicity kung saan mabibisto ng publiko na naghahanap sila ng ex-con para gawing modelo ng cover ng kanilang libro.

Napatingin siya sa bukana ng building na dinaraanan ng mga pinakakawalang preso. Sa wakas ay bumukas na ang pinto ng building na iyon. Tatlong lalaki ang nakita niyang lumabas mula roon. Bumaba siya ng kanyang kotse at tinanaw kung alin sa tatlong iyon ang susunduin niya. Iniwan niyang buhay ang engine ng kanyang sasakyan.

Isang may-katabaang lalaki na nakasuot ng halatang mamahaling damit ang nakakuha sa atensiyon ng mga reporter. Obvious na ito ang "Don Quintin" na sinasabi ng reporter na kumatok sa bintana ng kanyang sasakyan. Sumunod sa may-katabaang lalaki ang isang matanda na mukhang lagpas na sa sesenta ang edad. Obviously, hindi ito ang katagpo niya. Nang matanaw niya ang pangatlong lalaki, nahinuha niya na maaaring ito na ang hinihintay niya.

Kahit nakasuot lang ito ng T-shirt na cotton at kupas na maong pants, he was... impressive. Maganda ang posture nito. Matangkad at muscular ang pangangatawan nito. May suot ito na itim na baseball cap at may nakasukbit na backpack sa isang balikat nito. Nakita pa niyang hinila nito pababa sa mukha nito ang sumbrero nito. Tila may pagkasuplado ito. Nanatili itong nakatayo sa pinto, tila hinayaan nito na mauna rito ang dalawang lalaki. Hindi pa rin ito kumikibo nang naglalakad na ito sa parking lot.

He is perfect, aniya sa isip. Nakadama siya ng kakaibang kaba sa kanyang dibdib. Iyong klase ng kaba na nararamdaman niya tuwing makakakita siya ng isang lalaki na sa pakiramdam niya ay maaari niyang magustuhan. *Yes, he's perfect.* Ngumiti siya, saka niya ito kinawayan.

NATANAW ni Emilio de Veira ang isang magandang babae na kumakaway sa kanya pero hindi niya ito pinansin. Sa halip ay hinanap niya si Meynard. Nasaan kaya ito? Ikinagulat at ikinatuwa niya na napaaga nang isang araw ang pagre-release sa kanya pero kailanman ay hindi niya ikatutuwa na na-late ito sa pagsundo sa kanya. Napatingin uli siya sa babae. Sa pakiwari niya ay hindi lang ito basta-basta. She was trouble with a capital "T." Ang pinakahuli sa mga gusto niyang mangyari ay makuha ang atensiyon ng mga kagaya niyang reporter na naroon. Dahil ang alam ng lahat ay kasalukuyan siyang nagbabakasyon.

Mukha siyang anghel, aniyang ang tinutukoy ay ang babaeng kumakaway sa kanya. *If she wouldn't stop staring at me like I'm the hunk of the day, a reporter with the right nose on his head would surely sniff a story,* he said.

Kapag nangyari ang iniisip niya, siguradong makikilala na siya ng ibang mga reporter na naroon. Sino kaya ang masuwerteng lalaki na sinusundo ng babaeng iyon? Nagkibit-balikat siya, saka inalis ang tingin sa mga reporter. Kung siya ang masusunod, mas gugustuhin niyang hindi napaaga nang isang araw ang kanyang paglabas kaysa ganoong nangangamba siya na makilala siya ng mga kasamahan niya sa trabaho. Kilalang-kilala siya sa field ng investigative reporting dahil lagi siyang may inilalabas na exposé kahit hindi naman iyon ang naka-assign sa kanya.

Ang alam ng editor niyang si King ay nasa Bali, Indonesia siya at nagbabakasyon sa isang resort na matagal na niyang gustong puntahan. Oo nga't hindi ganoon kalaki ang suweldo ng isang reporter para makarating siya roon, pero kahit paano ay may pera siya dahil nagmula siya sa mayamang angkan. However he loathed it, he could admittedly use his own money for his own ends.

Bago pa man siya umalis para sa "pagbabakasyon" niya ay batid na niya ang istorya ni Don Quintin. Ang gut feel niya ang nagdikta sa kanya na may nakatagong mas malalim na istorya sa mga lumalabas na balita tungkol dito. Pero hindi niya maisiwalat iyon dahil wala siyang hawak na sapat na ebidensiya. Kaya nagimbestiga siya. Ayaw niyang malaman ni King ang tungkol sa hinala niyang iyon hangga't wala pa siyang maipe-present na mga ebidensiya. Mahirap na dahil baka bigyan nito ng sanction ang pag-iimbestiga niya.

"Magpahinga ka muna, Emil," naaalala pa niyang payo sa kanya ni King pagkatapos ng huling assignment niya. *"Puwede kang magpahinga kahit tatlong buwan."*

Binigyan siya nito ng sariling opisina na may kadikit na maliit na kuwarto. Madalas ay doon na rin siya natutulog sa kuwartong iyon dahil sa dami ng trabaho niya. Matalik na kaibigan din niya si King. Kaklase niya ito noong college. Alam niyang minsan ay nahihirapan itong balansehin ang pagtrato nito sa kanya bilang kaibigan at subordinate nito. At tuwina ay nakikita niya ang pag-aalala nito sa kanya kapag isinasabak siya nito sa delikado o kontrobersiyal na assignment.

Nagulat pa ito nang pumayag siya sa suhestiyon nito. Tatlong taon na kasi siyang hindi humihingi ng bakasyon dito. Lingid dito ay may iba siyang plano. Pagkatapos mag-file ng vacation leave ay isa-isa niyang tinawagan ang mga tao na batid niyang makakatulong sa kanya sa pag-iimbestiga. Hindi naging mahirap sa kanya na makapasok sa New

Bilibid Prison at mag-disguise na preso upang mapalapit siya at masundan-sundan niya ang kanyang subject.

Sa pananatili niya sa kulungan ay napatunayan niyang tama nga ang kanyang hinala. Ngayon, kailangan na niyang isalin sa panulat ang mga nakalap niyang impormasyon. At para magawa niya iyon, kailangan niyang makahanap ng isang lugar kung saan siya puwedeng magtrabaho na malayo sa kanyang opisina bago niya ilabas sa publiko ang mga natuklasan niya.

Alam niyang manipis na ang sinulid na nilalakaran niya nang mga sandaling iyon. But what the heck? Manipis na iyon bago pa man siya nagdesisyong gawin ang istorya ni Don Quintin. Pero hindi niya magagawang ipagsawalang-bahala ang mga natuklasan niya tungkol sa money launderer na kasabay niyang lumabas. He knew he had to see it through dahil mali ang ginagawa ng taong iyon at ng mga koneksiyon nito na siyang plano niyang i-expose sa publiko. Kapag hindi niya nailabas ang exposé na iyon, magpapatuloy ang pagpupuslit ng mga ito ng malaking pera palabas ng bansa. Malaking kabawasan sa kita ng gobyerno ang kung tutuusin ay pinaghirapang pera ng mga manggagawang Pilipino.

Naglakad siya palayo sa gusali. Diretso ang tingin

niya sa aspaltadong daan na nilalakaran niya. Nakalampas na sana siya sa mga reporters nang may marinig siyang pamilyar na tinig.

"Teka, hindi ba ikaw si—"

Nakilala niya ang tinig na iyon kaya nagbago siya ng tinatahak na direksiyon. Napatingin uli siya sa babae at namalayan na lamang niyang dito siya dinadala ng kanyang mga paa. Habang papalapit siya rito ay naririnig niya ang ingay ng engine ng kotse nito. Nakabukas din ang pinto sa driver's seat. Hindi niya alam kung tama ang binabalak niyang gawin. He had already warned himself after his first glimpse of her. Pero kailangan niya ang sasakyan nito nang mga sandaling iyon.

CHAPTER TWO

HABANG nagmamadaling maglakad si Emil palapit sa babaeng iyon ay nakatitig siya sa kabuuan nito. Inililipad ng hangin ang mga hibla ng mahabang buhok nito. She was more beautiful at closer inspection. She had a classic beauty. Maaliwalas ang bukas ng mukha nito at expressive ang mga mata nito. Mukhang tuwang-tuwa ito habang pinapanood ang paglapit niya. Para bang siya talaga ang hinihintay nito.

She wore a white blouse and a black skirt, simple clothes with simple lines, except with the spiked black heels. Pero hindi maitatago ng mga damit na iyon ang kurba ng katawan nito. She was so curvy, with lush breasts, rounded hips, and long shapely thighs and legs. Wala pa siyang nakilalang modelo na maaaring tumabi sa babaeng ito at makaagaw ng atensiyon ng mga mata ng kahit sino—lalo na ng mga lalaki—mula rito.

Tumigil siya sa harap nito. Naamoy niya ang gamit

na pabango nito. It was the kind of perfume he would want to smell in public after a month of being cooped up in prison. Naramdaman niya ang biglang pagsikip ng unahan ng kanyang pantalon. Ilang sandali silang nakatitig nito sa isa't isa. Nakadama siya ng sexual tension sa parte niya. Hindi siya makapaniwala sa nangyayari. Nai-imagine niya na nasa isang black and white movie sila at iniaarte ang chance meeting nila bilang mga pangunahing tauhan. Na nakatakda silang magkasama pero sa loob lamang ng sandaling panahon. *An Affair To Remember. Goodness!* sabi pa niya sa isip.

"Wow! With the way you look... you're perfect," narinig niyang sabi nito sa namamanghang boses. "Ang suot mo, ang ere mo, kahit ang balbas mo..."

Hindi siya umimik. Her voice was perfect. He knew he would love to hear her whispers and moans inside a bedroom.

"Perfect ang height mo at ang mga muscles mo." Hinawakan pa nito ang isang braso niya, tila sinisiguro kung totoo ang mga muscles niya roon.

Pakiramdam niya ay na-electric shock siya. Napailing-iling siya. *No, this is really weird. She's talking about me like I'm a stud who's about to take on a woman in heat.* Sa kabila ng nararamdaman niya para dito ay naroon pa rin ang hinala niya na hindi normal ang mga nangyayari.

NA-REALIZE agad ni Casey na hindi pagpapasalamat sa papuri niya kundi pang-uuyam ang ibig sabihin ng ekspresyon sa mga mata ng lalaking kaharap niya. Whoa! Nakadama siya ng pagkaasiwa kaya inalis niya ang kamay niya na nakahawak sa braso nito.

"Iisipin ko bang guardian angel kita at narito ka para iligtas ako, Miss?" tanong nito sa kanya.

Muntik na naman siyang mapangiti. Even his voice was perfect. Too bad it wouldn't be heard in the film they were going to make about his life. "Don't worry, it's all arranged. May ibibigay akong trabaho na perfect na perfect para sa iyo," sabi niya rito.

"Emil! Oy!"

Napalingon siya sa may-ari ng boses na iyon. Nakita niyang palapit sa kanila si Larry, ang makulit na reporter na nagpakilala sa kanya. Natanaw niya kanina na tila kinausap din nito ang lalaking kinakausap niya nang mga sandaling iyon. Namangha siya sa narinig na itinawag nito sa kausap niya. She presumed Larry was mistaken. Pero coincidence ba na ang pangalan ng kausap niya ay kapareho ng pangalan ng hero ng libro kung saan ito magmomodelo?

Namangha na naman siya nang biglang ngumisi ang lalaking kaharap niya. Umikot ito sa kanya at ipinulupot ang mga braso sa baywang niya. Niyakap siya nito at bago pa siya makapagprotesta ay inangkin na ng mga labi nito ang mga labi niya. Na-shock siya. Ilang sandali ang kinailangang lumipas bago niya mapaniwalaan na totoong hinahalikan siya nito. What was more shocking was his kind of kiss... nanlalambot ang mga tuhod niya, a phenomenon she thought only happened in romance novels. It certainly had never happened to her before. Sinubukan niyang itulak ito pero sadyang mas malakas ito kaysa sa kanya. Pinakawalan nito sandali ang kanyang mga labi at binulungan siya nang pasimple.

"Please, ilayo mo ako rito. Gagawin ko ang kahit anong gusto mo, basta ilayo mo lang ako rito."

Napalunok siya. She was still too dazed. Nang makabawi ay saka pa lamang siya sumagot. "P-pumasok ka sa kotse," mahina ring sabi niya. At least, he didn't smell bad. Not his breath or his body. Mali si Mel sa sinabi nito. Bigla ay nais niyang sampalin ang kanyang sarili. Nakuha pa niyang mag-isip ng ganoong bagay. Ipinalagay na lamang niya na dahil pa rin sa shock kaya niya naisip iyon.

He was an ex-con and he looked like a rebel just gone down from the mountain. Pero parang may pinag-aralan ito kung ibabase sa paraan ng pagsasalita nito. *Ano 'ng nangyayari?* tanong niya sa kanyang sarili.

Nagmamadali itong sumakay sa driver's seat at saka ito lumipat sa passenger's seat. Nanatili siyang nakatingin dito. Sinabi ni Ben na mapagkakatiwalaan ito kahit ex-con ito. Hindi magsisinungaling sa kanya si Ben dahil tunay na magkapatid ang turingan nila sa isa't isa. Kaya wala raw siyang dapat na ipag-alala. Anyway, pagdating sa kanyang trabaho, hindi niya kilala ang salitang "pag-aalala."

Marami ang nagsasabi na efficient nga raw siya sa trabaho. Siguro ay dahil nakikita ng mga ito na hindi siya kailanman nagpabaya sa mga tungkulin niya. So far, wala pang nagiging aberya sa mga plano niya kaya marapat lamang na hindi siya mag-alala kung balak sumama sa kanya ng lalaking ito. Inisip na lamang niya na hindi ito totoong kriminal kundi ang hero sa nobelang ilalathala nila. And that was it.

Hindi niya pinansin si Larry. Dali-dali siyang pumuwesto sa likod ng manibela at sinimulang magmaneho palayo sa lugar. Ilang minuto na silang nakakalayo sa New Bilibid Prison nang magsalita si Emil.

"I apologize for what I did back there. Naabala pa tuloy kita. Alam kong may hinihintay ka roon kaya itabi mo na lang ang sasakyan sa unang kanto at bababa ako. `Tapos, bumalik ka na roon."

"What? Nalolok ka na ba?" gulat na sabi niya.

Sumulyap siya rito. "Hindi ako papayag. May pinag-usapan tayo at hindi ako papayag na takbuhan mo ako."

NAGULAT si Emil sa sinabi ng babaeng kasama niya. Nasa himig at anyo nito ang determinasyon na mapanatili siya sa tabi nito. Wala siyang makitang koneksiyon sa napaagang paglabas niya sa hindi pagsundo ni Meynard sa kanya at sa biglang pagsulpot ng babaeng ito para bigyan siya ng trabaho. Mukha namang hindi ito ang klase ng babae na nate-turn on sa isang "ex-convict."

Pinagmasdan niya ito. Mukhang stockbroker ito o isang sucessful career woman. Mukhang alaga sa salon ang mahabang buhok nito, maganda ang taste nito sa damit, at simple pero mukhang tunay na jewelry ang suot nito. Tumingin siya sa backseat at nakita roon ang isang attaché case at ilang folder. Teka sandali, hindi kaya siya ang naisahan nito?

"Are you a reporter?" tanong niya rito.

"Hindi ako reporter," nangingiting sabi nito. "Creative ako but not with words. Are you a psycho killer?"

"I admit may gusto akong sakalin na ilang mga tao. But no, I never seemed to get round to doing it."

Tumawa ito. "Good. Ang sabi ni Ben, mapagkakatiwalaan daw kita."

"Ben? Sinong Ben?"

"Ben Santiago. Siya ang nag-arrange ng meeting natin. Kilala mo na siguro ako, right?"

"What do you mean?"

Napalis ang ngiti nito. Sinulyapan siya nito. Tila bigla itong kinabahan habang nagmamaneho. "Hindi mo kilala si... Ben?" tanong nito.

"Hindi," sagot niya.

"You mean, h-hindi ikaw si Gregory Cantos?"

"Hindi," sagot uli niya. "Nagkasakit si Gregory. Chicken pox. Kaya hindi siya natuloy na lumabas ngayong araw." Pinanood niya ang unti-unting pamumutla nito. At last, something started to make sense.

OH, NO, ani Casey sa kanyang isip. Nagkamali ba siya ng araw ng pagpunta sa New Bilibid Prison? Pero mismong si Emil ang nagsabi sa kanya na hindi natuloy ang paglabas ni Mr. Cantos nang araw na iyon. How could she have picked the wrong man? Ang sabi ni Ben, tatlong preso ang lalabas nang araw na iyon. Imposible na iyong dalawang lalaki bukod dito ang katagpo niya. Kung nagkataong pangit ito at matanda na, hinding-hindi niya ito pi-pick up-in.

Sinulyapan niya ito. Nakatingin din ito sa kanya. Nababasa niya sa mga mata nito ang pande-dare sa kanya. Obviously, he knew she had committed a mistake. Dahil sa mainit na titig nito ay naramdaman niya ang pag-iinit ng magkabilang pisngi niya. Napakagat-labi siya at itinuon na lamang ang atensiyon sa pagmamaneho. Nasa Alabang na sila nang mga sandaling iyon. Lumiko siya sa Montillano patungo sa Ilaya Road.

"Mukhang nagkamali ako," kapagkuwan ay pag-amin niya.

GUSTONG magprotesta ni Emil sa sinabi ng babaeng kasama niya pero hindi niya maisatinig iyon. Tumataas ang laylayan ng palda nito tuwing kumikilos ang paa nito sa pagitan ng brake at accelerator kaya hindi niya maiwasang sulyapan ang nalalantad na hita nito. Nasa kanya ang pagkakamali. Hindi niya ito dapat hinalikan.

"Yup," pagsang-ayon niya sa sinabi nito sa halip na isatinig ang pagpoprotesta niya. That would freak her out. "Mukhang nakagawa ka ng isang pagkakamali kaya naiipit tayong dalawa ngayon sa sitwasyong ito. So, who are you?" tanong niya. Hindi siya masosorpresa kung sasabihin nito na "Trouble" ang pangalan nito. "Some kind of nut who gets her kick from picking up ex-cons?"

Tila nag-atubili ito bago sumagot. "Sabihin nating

ganoon nga ako ngayon. At the moment, my kick is for a bad guy. And a bad guy is exactly what I was looking for when I saw you. I'm Casey Larosa. Kung hindi ikaw si Mr. Cantos, sino ka?"

Hindi pa rin siya nagtiwala rito kahit nagpakilala na ito. May maliit na boses na nagsasabi sa kanya na may ibang agenda ito sa kanya. Palagi niyang sinusunod ang hunches niya dahil maraming pagkakataon na siyang iniligtas niyon. Kaya kung hindi nito alam kung sino siya, wala siyang intensiyong sabihin dito iyon hangga't hindi niya nakukumpirma ang kanyang hinala. Kailangan muna niyang malaman kung ano talaga ang kailangan nito sa kanya bago siya magtapat dito.

"Sabihin na lang nating ako si... Totoy Rehas? Tunog ex-con talaga, tamang-tama sa kung ano mang 'kick' na mayroon ka." Ngumiti siya. Maski siya ay natawa sa kanyang sarili. Ano ang naisip niya at nagpakilala siya sa ganoong pangalan?

"Totoy Rehas?" gagad nito.

Tumango lamang siya.

"Tatawagin na lang kitang 'Emil.'"

"Huh?"

"Iyon ang itinawag sa iyo n'ong reporter kanina. The name suits you fine. I can't seem to picture you caressing jail bars. Just inside it, maybe, leaning on the bunk. Pero hindi isang malaking lalaki na mukhang kawawa habang hinihimas ang rehas."

Muntik na siyang mapaungol. The name "Emil" sounded stupid. Nagpapasalamat pa nga siya at hindi siya pinagtawanan nito. "Sige, call me 'Emil' kung iyon ang magpapasaya sa iyo. Hello, Casey. Salamat sa pagliligtas mo sa akin sa parking lot kanina."

Sinulyapan uli siya nito. Parang nag-aalala na kinagat nito ang ibabang labi nito.

"Ngayong alam ko nang hindi ikaw ang taong dapat ay sinundo ko, baka hindi ka na magpasalamat kapag nalaman mo kung ano ang kailangan ko. Anyway, enough of that for now. Nagugutom ka ba?"

"Nagugutom?" Napasulyap uli siya sa mga hita nito. Kung sex lamang ang habol nito sa kanya, ngayon pa lamang ay dapat na niyang malaman iyon. "Nagugutom talaga ako, Casey. Pero huwag mo akong tuksuhin."

Gulat na sumulyap ito sa kanya. "I was going to offer a hamburger," anito sa medyo lumamig at confused na tinig.

"Have you heard stories about women who really actually get their kicks out of ex-cons who have freshly gotten out of prison?"

"God, no!" bulalas nito.

"Whoa, careful!" babala niya dahil bahagya silang nag-sway sa lane na tinatahak nila.

"For God's sake! Did you make that up to shock

me?"

"No!"

"Did you kiss me because you were thinking of that?"

"No," tanggi uli niya. "Ginawa ko iyon para hindi ako lapitan ng mga reporters. It was effective."

Namayani ang ilang sandaling katahimikan sa pagitan nila. Nakatutok ang mga mata nito sa harap ng sasakyan.

"I guess you have a reason to think of it like that," she said.

"I actually couldn't think of anything else when I saw you waving at me," pabirong sabi niya. But with her hair blowing and conservative-looking but short black skirt, it was the only thing in his mind.

"But let me set this straight, Mister. Hindi sex ang kailangan ko. It's something else. Wala rin akong intensiyong magtanong tungkol sa personal na buhay mo o tungkol sa trouble mo sa mga reporter, lalo na iyong makulit na reporter na feeling ko, eh, nakasunod sa atin ngayon. Kung makikipag-cooperate ka, kaya ko siyang iligaw. Sabihin mo lang kung ano ang gusto mong mangyari. I'm right here to make it happen for you."

Trouble? Iyon nga ang iniiwasan niya pero iyon mismo ang nakuha niya paglabas na paglabas niya ng gusali ng New Bilibid Prison. Napabuntong-hininga siya. May pakiramdam siya na kapag hindi siya nakipag-cooperate dito ay imposible nang maisulat niya ang kanyang article.

Tinulungan siya ng kaibigan niyang judge na makapasok sa kulungan sa kondisyon na hindi madadawit at lalabas ang pangalan nito. No publicity. Pero paglabas nga niya ay nakita niya si Larry Garcia. Bakit ito pa ang nakakita sa kanya? Malamang na balak na naman nitong mang-agaw ng assignment nang may assignment gaya ng madalas gawin nito.

Malas siya dahil nakita siya nito at nakilala. May unsettled business pa sila nito at sigurado siyang hindi ito mag-aatubiling ibisto siya sa sandaling makahanap ito ng ebidensiya laban sa kanya. Kapag nahabol sila nito, maging si Casey ay hindi makakaligtas sa mga kamay ng pinakamagaspang ang ugali na tabloid reporter na nakilala niya sa buong buhay niya. Na-realize niya na kailangan niyang gumawa ng paraan para maprotektahan hindi lamang ang kanyang sarili kundi maging si Casey. Sa halip na palabas na siya ng Metro Manila, lalo yata siyang hindi makakaalis doon. Napamura na lamang siya.

"Tinatanong kita. Ano, ililigaw ko ba siya o hindi?" tanong uli sa kanya ni Casey.

"You could if you want, angel. Actually, it's a very

good idea. Hindi mo alam kung ano ang puwedeng gawin sa iyo ni Larry kapag nalaman niya kung sino ka," sabi niya.

Tumawa ito. "Hindi niya kilala kung sino ang kinakalaban niya," wika nito. Tumingin ito sa rearview mirror at sa side mirror. "And don't call me 'angel.'" Lumipat uli ito ng lane. Binusinahan sila ng mga kasabay nilang sasakyan. Napapreno rin ang nasa likuran nila. Pumasok ito sa sumunod na exit ng Pres. Manuel L. Quezon, lumagpas sa isang abandonadong gas station na tumatagos sa service road. "Now, I'll ask you again," sabi nito, may satisfied na ngiti sa mga labi. "Nagugutom ka na ba? I'm talking about hamburgers or a pizza. What do you think?"

"Whew! Kung hindi ka reporter, siguro sumasali ka sa demolition derby," sabi niya na noon lamang nakahinga nang maluwag. "Drive on. Hindi ko yata kayang kumain agad. Not after that one."

Tumawa uli ito nang mataginting saka umiling-iling. "Whatever you say."

CHAPTER THREE

KUNG si Casey ang tatanungin, mas gusto niya na maraming sinasabi si Emil. *'Totoy Rehas' ang pangalan niya,* biglang paalala ng kanyang isip. Napangiti siya. Pero hindi rin naman siya sigurado kung "Emil" nga ang totoong pangalan nito. Wala rin siyang ideya kung anong klase ng krimen ang pinagbayaran nito sa kulungan. Ang alam lang niya, eksaktung-eksakto ang hitsura nito sa hitsura ng modelo na gusto niyang ilagay sa cover ng *Cherish.*

Pero may kung ano sa pagkatao nito na tila gumagambala sa kanyang isip. At para sa kanya ay peligroso iyon. Pinilit niyang itaboy ang mga agam-agam na nararamdaman niya at nagpatuloy siya sa pagmamaneho. Patungo sila sa bahay niya sa Taguig. Wala na siyang pakialam kung delikado man ang gagawin niya. Papupuntahin na lamang niya roon si Mel para may makasama siya. Isa pa, puwede niyang tawagan si Ben who was practically within walking distance from her grandfather's house at Kingfisher Avenue.

"Saan tayo pupunta?" sa wakas ay tanong sa kanya ni Emil. Nahahalata niya na kanina pa nito gustong magtanong.

"Sa Taguig. May bahay ako roon na tanaw ang Laguna de Bay."

"Okay."

Natahimik uli silang dalawa. Sadya yatang matipid na magsalita ito at hanggang doon lang ang conversation na nais nitong ibigay sa kanya. Isinandal nito ang ulo nito sa headrest at saka pumikit. Iniliko naman niya ang sasakyan sa Seagull Avenue.

UMAYOS ng upo si Emil at nagkunwaring disoriented sa paligid. Ang totoo, inoobserbahan niya si Casey. Mukhang alam na alam nito ang ginagawa nito. At kahit sinubukan niya, hindi niya ito maihalintulad sa mga babaeng sumusulat at dumadalaw sa mga inmates sa Bilibid na may kanya-kanyang motibo. Ang malinaw lang sa kanya, nagtungo ito sa Bilibid dahil sa isang dahilan na walang kinalaman sa kanya.

Eksperto rin ito sa pagmamaneho. Lumiko sila sa

ilang kanto na naraanan nila hanggang sa ihinto nito ang sasakyan sa harap ng isang bahay na kahilera ng ilang mga bahay na nakaharap mismo sa Laguna de Bay. Kapagkuwan ay binalingan siya nito.

"Sandali lang." Pagkasabi niyon ay bumaba ito ng kotse at binuksan ang gate. Sumakay uli ito sa sasakyan at saka nito ipinasok sa gate iyon. Huminto sila sa tabi ng marmol na hagdan. Sa itaas niyon ay may nakita siyang double door. May natanaw rin siyang maluwang na balkonahe sa gilid ng bahay.

Nagpatiuna siya sa pagbaba ng kotse at siya na ang nagkusang magsara ng gate. Saka siya bumalik sa tabi ng kotse. Nakababa na rin si Emil doon. Hawak nito sa kanang kamay nito ang attaché case at sa kaliwa naman ay ang bungkos ng mga susi. Napangiti siya nang mahalata niya na kinakabahan ito sa kabila ng pagtatapang-tapangan nito.

"Dito ako nakatira. Alam ng assistant ko na nandito na tayo at parating na rin siya. Sa loob natin pag-uusapan ang tungkol sa magiging trabaho mo. You'll see that my terms are actually satisfactory."

"Terms?"

"Ahm, yes. My terms. Magtatrabaho ka para sa akin at babayaran kita. Ganoon lang kasimple."

"Simple," ulit niya. Napalis ang ngiti niya nang may

maramdaman siyang kakaiba. It was almost akin to protectiveness. Anong klaseng trabaho ang io-offer nito sa isang bagong labas sa kulungan na katulad niya? Ano ba talaga ang iniisip nito? Unless hindi ito kasintalino gaya ng nakikita niya sa hitsura nito.

Ipupusta niya ang kahuli-hulihang pera niya na hindi ito bobo. Pero naroon pa rin ang katotohanan na hindi niya ito kilala. Naglaro sa kanyang isip ang ilang posibilidad. Pagnanakaw? Blackmail? Hindi ba't tinanong siya nito kanina kung psycho killer siya? Murder? Trabaho? Hit man? Kung may kinalaman sa pagpatay ang trabahong ibibigay nito, dapat na niyang itama ang maling akala nito sa kanya.

"Casey, may gusto lang akong linawin sa iyo. If you need a hit man, I'm not one. I'm not really into that kind of thing. Hindi ako pumapatay."

Tumawa ito sandali at umiling-iling. Pero ang totoo, halatang nasorpresa ito. Nakadama lang siya ng relief nang umakyat na sila sa hagdan at isinuksok nito ang isang susi sa keyhole ng double door. "Oh, no. Huwag kang mag-alala, walang masasaktan sa trabahong ipapagawa ko sa iyo. I'm also willing to provide a room for you until you finish your work." Itinulak nito pabukas ang pinto.

Napapakamot sa batok na sumunod siya rito.

"Gusto mo na bang simulan ngayon ang terms na sinasabi mo? Well, hindi pa ako pumapayag sa iniaalok mong trabaho pero gusto ko munang marinig ang mga expectations mo sa akin bago ako magdesisyon."

"Expectations?" tanong nito. Ibinaba nito ang attaché case sa ibabaw ng armchair na malapit sa pinto na palabas sa balkonahe.

"Yes. Expectations. As in ano ang inio-offer mo at ano ang kailangan kong gawin in return?"

Tumango ito. "Fair enough. Go to the balcony while I fix us some cold drinks. Saka ko sasabihin sa iyo." Hindi na nito hinintay kung susunod siya o hindi. Iniwan siya nito sa sala.

Nakatiim ang mga bagang na lumabas siya sa balcony. If he had been an ex-con, baka kung ano na ang nangyari dito nang mga sandaling iyon. Ni hindi nito alam kung anong krimen ang nagawa niya kaya siya nakulong. Paano kung isa siyang rapist? Hindi ba ito nag-aalala sa kalagayan nito?

Hindi pa rin niya naiwasang mag-alala para dito kahit hindi niya mabigyan ng logic ang sobrang protectiveness na bigla niyang naramdaman. Ngunit agad ding nawala ang pag-aalalang iyon nang may marinig siyang kumaluskos mula sa kanyang likuran. Napaharap siya at nanlaki ang mga mata nang may tumutok na double-barreled shotgun sa kanyang bibig.

"Whoa!" aniya, pero natatawa.

"Ano'ng nakakatawa?" nakataas ang isang kilay na tanong ni Casey. Seryosung-seryoso ang mukha nito.

"Wala lang. I'm so relieved to know you're not as gullible or as stupid as I thought you were." Umabot ang kanyang ngiti hanggang sa magkabilang tainga niya.

AMINADO si Casey na apektado siya ng pagngisi ni Emil sa kanya lalo na ngayong magkaharap sila. He had no idea how guilible she really was even if she had a gun. "I'm sorry. You must know I have to do this," sabi niya.

"I would have recommended it. In fact, kung kapatid kita, kanina pa kita napalo. Hindi ka man lang nagpaalam sa mga kasambahay mo na magsasama ka ng lalaki rito."

"Kung kuya kita, siguradong makakatikim ka ng suntok sa akin. I have my own mind and I don't ever want to be subjected to the mandhandling of overbearing men." Tumaas lang ang isang kilay nito. Naramdaman niya ang pag-iinit ng kanyang mukha sa magkahalong kahihiyan at galit. No man should ever make any woman feel ashamed for saying what she wanted to say. Ayaw na niyang maging vulnerable sa palakad ng mga lalaki.

Pero nagulat siya nang bumaba ang kilay nito at gumuhit ang isang ekspresyon ng pagsuko, paghanga at pagrespeto sa guwapong mukha nito. "I'm sorry. You're right. Your father must be proud of you."

Bumuntong-hininga siya. Walang dahilan para magtiwala siya rito hangga't hindi siya nakakatiyak na dapat nga niyang pagkatiwalaan ito. "Stay right where you are. May tatawagan lang ako," sabi niya rito.

Tumango ito. "Right," sabi nito na tila na-anticipate kung ano ang gagawin niya. "Banggitin mo na rin sa kakausapin mo ang pangalang 'Virgil Escolta.' Iyon ang pangalang ginamit ko sa kulungan. Si Judge Fidel Ordoñez ang nagbasa ng sentence ko at nagpalabas sa akin. Tawagan n'yo na rin siya."

Tinitigan niya ito sandali bago siya nagtungo sa telepono. Nagbi-blink ang pulang signal sa answering machine. Bago pa man niya pindutin ang *Play* button at pakinggan ang mga messages niya ay may hinala na siya kung sino ang nag-iwan ng mensahe roon.

"Lady Boss, sorry," sabi ng boses ni Mel. *"Hindi ako makapagda-drive ng kotse kasi na-sprain ang ankle ko. As soon as I can find a taxi, I'll be there. Pero male-late ako sa usapan natin. Is he there? Are*

you satisfied with him? Ang sabi ni Vivi, dapat macho, guwapo, earthy, at may tattoo ang model na kukunin mo. I-check mo kung may tattoo, ha? Para kung wala, magpapahanap na ako ng marunong mag-tattoo kahit henna lang."

Napatingin siya kay Emil. Of course, narinig nito ang mensahe ng assistant niya kaya uminit na naman ang magkabilang pisngi niya. Nag-play ang sumunod na mensahe. Mula naman kay Ben iyon.

"Casey, si Ben ito. Sorry sa mix-up. Nagkasakit ng chicken pox iyong contact kaya hindi siya makakalabas ngayong araw. Tinatawagan kita sa cellphone mo pero hindi mo sinasagot ang tawag ko. I hope you get this message on time. Alam kong gahol na kayo sa oras kaya naghahanap na ako ngayon ng bagong prospective. Tatawag uli ako sa iyo ngayong araw ding ito `pag may nahanap na ako."

Napatingin siya sa kanyang attaché case. Nasa loob niyon ang kanyang cellphone. Bago pa siya makapagdesisyon kung tatawag muna siya o tse-check in ang mga text messages niya ay narinig na niyang nagsalita si Emil.

"Macho, guwapo, earthy. May tattoo. That's a lot to live up to. Well, are you satisfied with the merchandise, Lady Boss?"

Inasar din niya ito. Naiinis siya sa patronizing tone nito. Napahiya siya dahil baka kung ano ang iniisip nito. "Huwag kang mag-alala, pagkatapos ng ipapagawa ko sa iyo, iisipin ng lahat ng mga babaeng makakakita sa iyo na macho, guwapo at earthy ka nga talaga."

"Lahat ng mga babae?" parang kinakabahang tanong nito. "Teka, ano ba talagang trabaho ang sinasabi mo? Kinakabahan na ako sa iyo, ah."

Napangiti siya. "May tattoo ka ba?" nanunudyong tanong niya.

Itinaas nito ang mga kamay nito. And right before her very eyes, naghubad ito ng T-shirt. "Ito ang kauna-unahang pagkakataon na narinig kong kasama sa job specification ang pagkakaroon ng tattoo. But I'm willing to humor you. Gusto mong makita ang tattoo ko?"

Right there, on his perfectly muscled chest, was a crouching panther. Nanayo ang mga balahibo niya habang lumalapit siya rito. Namamalikmata lamang ba siya? Nahulog na naman siya sa habit ng pagsasalitang mag-isa. "Emilio Carusso. Ikaw na nga si Emilio Carusso."

"Huh?"

Ibinaba niya sa coffee table ang hawak na shotgun at tuluyan na siyang lumapit dito. Hinaplos niya ang dibdib nito. Naramdaman niyang nate-tense ito pero hindi man lang ito umurong. "Emilio Carusso... in the flesh." Ang akala niya ay immuned na siya sa hitsura ng dibdib ng mga lalaki pero hindi pa pala.

Ang gusto niyang lalaki para sa kanilang cover ay iyong tough-looking guy, ma-muscle at mukhang nakakatakot. But Emil's muscles were stretched and sleek. Parang iyong panther na naka-tattoo sa dibdib nito na tahimik lamang at tila naghihintay lamang para sunggaban ang bibiktimahin nito. Hindi ito nakakatakot gaya ng hinahanap niya.

"The sense of danger, it's palpable," sabi pa rin niya. "Women react to physical danger... to power... We need to play that one up."

Kumunot ang noo nito. "Danger? You can feel danger? I can feel something physical here, lady, and that's my problem. But danger? Mahilig ka ba sa kinky stuff, ha, Casey?"

Napangiti siya habang nakatingin sa tattoo nito. "I'm not. Hindi rin si Emilio. No kinky stuff for him. Naghihiganti siya at determinado siyang hanapin at saktan ang taong nagkasala sa kanya. Pero hindi niya maiisip na saktan si Angel."

"Angel? Sino naman si Angel?"

"Si Angel ang—" Napahinto siya at ipinilig niya

ang kanyang ulo. Ano ba ang ginagawa niya? Sanay na sa kanya ang staff niya sa ugali niya na kinakausap niya ang kanyang sarili. Pero malamang na iniisip ni Emil na nababaliw na siya. Pagkatapos ng nakita nitong epekto sa kanya ng tattoo na nakita niya sa dibdib nito, malamang na kung anu-ano na ang tumatakbo sa isip nito.

"I'm sorry," aniyang humakbang nang isa palayo rito. Binalaan na siya nito kaya hindi niya ito dapat tinutukso. Pero hindi niya sinasadya iyon. "Ang sabi ng assistant ko, masyado raw ang pagpapantasya ko sa mga lalaki sa mga cover namin kaya madalas, parang hindi ko na alam kung totoong tao o hindi ang mga lalaking nasa harap ko," palusot niya.

Actually, hindi lang iyon ang sinabi sa kanya ni Mel. Dahil daw sa mga pagpapantasya niya, kahit maghubad sa harap niya ang isang tunay na lalaki, hindi niya ito makikita. Pero sa tingin niya, kahit ito ay hindi rin basta makakapaniwala sa sitwasyon na kinasusuungan niya nang mga sandaling iyon.

"I'm afraid that's what I'm doing with you. Iniisip kong ikaw si Emilio Carusso. I got carried away. I'm sorry." Na-realize din agad niya na mali ang ginawa niya pagkakita niya sa mukha nito na na-offend ito. Sinong lalaki ba ang matutuwa kapag nalaman na habang pinupuri-puri ito ng isang babae ay ibang lalaki pala ang iniisip nito?

"And who the hell is this Emilio Carusso?"

"He is Angel's hero."

"Sino nga si Angel?"

"Ipapaliwanag ko sa iyo lahat. Kukuha lang talaga ako ng drinks." Pumihit siya palayo rito.

"Hey!"

"Yes?" muling baling niya rito.

"Ang shotgun mo. Hindi mo na ba gagamitin?"

Sinulyapan niya ang shotgun. Umiling siya. "Hindi na. Kung sasaktan mo ako, sana, kanina mo pa ginawa."

"Masyado kang ismarte," parang naiinis na namang sabi nito.

Para sigurado ay kinuha na rin niya ang shotgun at binitbit niya iyon nang magtungo siya sa kusina. Narinig pa niya ang malakas na pagtawa nito na may kahalong pangungutya.

CHAPTER FOUR

TINAWAGAN pa rin ni Casey si Ben at sinabi rito na hindi na nito kailangang maghanap ng ipapalit kay Mr. Cantos. Nang malaman nito ang tungkol kay Emil ay nag-alala ito sa kapakanan niya. Nangako rin ito na pupuntahan siya nito pagkatapos nitong i-background check si Emil. Iyon ang dahilan kung bakit medyo natagalan siya sa pagbalik sa balkonahe. Nakadamit na uli si Emil nang balikan niya ito. May dala siya na isang tray na may lamang dalawang baso ng malamig na lemonade juice at ininit na pizza.

"Pag-aari ng lolo at lola ko ang bahay na ito. Dito nila ako pinalaki," pagbibigay-alam niya rito habang ibinababa niya ang tray sa ibabaw ng bakal na mesita. "Dating mangingisda sa lugar na ito ang lolo ko. Noong magpakasal sila ni Lola ay huminto siya sa pangingisda. Naging commercialize na kasi ang lugar na ito. Isa-isa ring sumulpot ang mga squatters kaya unti-unting dumumi ang dating malinis na tubig na pinangingisdaan niya. Umalis sila sa lugar na ito at nakipagsapalaran sa ibang lugar. But they retained this house."

Mula sa pagtanaw sa Laguna de Bay ay humarap ito sa kanya. "Luma na ito pero halatang naalagaan nang mabuti," sabi nito na nagpalinga-linga pa. Hanggang sa tumigil ang mga mata nito sa isang direksiyon.

Sinundan niya ng tingin ang tinitingnan nito. Ang work area pala niya ang pinagmamasdan nito. Naroon ang computer set niya. Sa tabi niyon ay ang patung-patong na manuscript na umabot na sa kalahati ng dingding ang taas.

"Medyo cluttered kasi minsan lang ako makapaglinis," depensa agad niya. "May binabayaran akong naglilinis dito at nag-aalaga sa mga halaman at roses na naiwan ni Lola noong mamatay siya. Thrice a week siya kung pumunta rito. Pero mahigpit ang bilin ko sa kanya na huwag niyang gagalawin ang work area ko kasi kapag naiba na ang ayos niyon ay magugulo na ang trabaho ko."

Tumawa ito. "Typical of creative people. Nakakatagal kayo sa magulong lugar."

"You seem to know what you're talking about."

Ngumiti ito at tila hindi pinansin ang sinabi niya. Sa halip ay kumuha ito ng isang slice ng pizza at kinagatan iyon. "Hmmm... ang sarap. Heaven. Ang tagal kong hindi nakakain ng ganito."

"Wala bang nagdadala ng ganyan sa mga bumibisita sa iyo sa kulungan?"

"Wala namang bumisita sa akin habang nakakulong ako."

"How about your family?" tanong niyang hindi naitago ang pagkaawa rito.

Tinawanan siya nito. "Ni hindi nga nila alam na nasa kulungan ako."

"Anong klaseng pamilya mayroon ka?" hindi niya napigilang sabihin.

Tumawa uli ito. "I'd rather not let them in on my troubles. I've done more than enough for their peace of mind. Anyway, ano ang nangyari sa tawag mo? Did the judge vouch for the name I gave you?"

Naasiwa siya. So, ipinalagay nga nito na tumawag siya kay Judge Ordoñez o sa mismong New Bilibid Prison. "Hindi pa," aniya na para na ring umamin dito. "Tinatawagan pa siya ng friend ko."

"Good. Dahil kapag nalaman ng pamilya mo na nagpapasok ka ng ex-con dito sa bahay mo, lagot ka."

"You know what?" Kumuha siya ng isang baso ng lemonade bago siya lumapit sa gilid ng railing kung saan nakatayo ito. "I have a feeling 'Emil' is not your real name."

Nagkibit-balikat ito. "So what? Maaapektuhan ba

n'on ang trabaho na pinipilit mong ipagawa sa akin? Anyway, exactly what kind of an assignment am I perfect for? Kanina mo pa sinasabi ang tungkol doon pero hindi mo pa rin ipinagtatapat sa akin kung anong klaseng trabaho iyon."

"It's pretty interesting, actually." Inisip niya kung paanong pagpapaliwanag ang sasabihin niya rito. "The shoot is scheduled for tomorrow. Naipagawa ko na ang contract kaya wala kang gagawin kundi pirmahan na lang iyon. That is, if you'll decide to take on the job." Nakita niyang na-tense ito kaya nataranta siya. "Hindi na namin mahihintay na gumaling si Gregory. Siya ang dapat na gagawa sa trabahong ito. Ikaw lang ang pag-asa ko, Emil. Ikaw lang ang puwedeng gumawa nito."

"Ang sabi mo, hindi hit man ang hinahanap mo. I told you, hindi ako mamamatay-tao. So, walang magaganap na shooting involving me. I'm no hit man."

Natigilan siya sandali saka siya natawa. Nauwi sa pag-ubo ang pag-inom sana niya sa kanyang juice. Nilapitan siya ni Emil at hinagod nito ang kanyang likod. Nang makabawi ay naluluhang nagpaliwanag siya. "Hindi hit man ang hinahanap ko," breathless na sabi niya.

"Look, Casey, hindi ko alam kung ano ang pinaplano n'yo sa akin ng mga kasamahan mo. Pero hindi ako istupidong tao. Sinusubukan ko talagang hindi kumilos na parang caveman gaya ng inilarawan ng assistant mo. Pero hangga't hindi tayo nagkakaintindihan tungkol sa misteryosong trabahong ibibigay mo, dalawang bagay ang kailangan nang mangyari."

Napatitig siya rito. He was so close and his voice sounded so warm and husky. Pakiramdam niya, may kung anong kakaibang sensasyon na gumagapang sa buong katawan niya. At sa bawat paghinga nang malalim nito ay nararamdaman din niya ang paglalim ng kanyang paghinga. How could this man affect her so much like that? Napalunok siya.

"What's going to happen?" hintakot na sabi niya.

"Magsabi ka kung ayaw mong umalis ako ngayon dito o—"

"Or what?"

"O yayakapin kita nang malaman mo kung ano ang pakiramdam na makasama ang isang lalaking matagal-tagal na ring walang nakasamang isang maganda at mabangong babae na katulad mo. Sa tingin ko, parehong hindi mabuti para sa ating dalawa ang sinabi ko. Ano sa tingin mo?"

"H-hindi ka puwedeng umalis. Kailangan kita."

Pumikit ito. "Oh, my God, woman. You're really taking this too far," daing nito.

She knew what he was about to do. Yayakapin

siya nito. Ganoon nga ang ginawa nito. He took his time. Tila hinihintay nito na pumalag siya. Ang problema, wala siyang ginawang aksiyon. Para siyang nabalot ng isang magic spell. Hindi siya kumilos o nagprotesta. Unti-unting bumaba ang mga labi nito sa mga labi niya. She already knew how they felt. She had been subjected to his kiss. Binasa pa ng kanyang dila ang kanyang mga labi sa antisipasyon. Magtatagpo na sana ang kanilang mga labi nang maistorbo sila ng biglang pagtunog ng telepono sa sala.

Emil stopped his head and whispered. "Don't take the call, angel."

Lumunok siya. "I-I can't." Baka si Ben ang tumatawag. Baka sasabihin na nito sa kanya ang resulta ng pag-iimbestiga nito sa pagkatao ni Emil. Patuloy sa pag-ring ang telepono. Para iyong malamig na tubig na unti-unting ibinubuhos sa kanyang ulo at gumigising sa kanya sa kabaliwang nararanasan niya nang mga sandaling iyon. Itinulak niya ito. Umurong siya nang ilang hakbang. Hindi niya masabi kung dapat niyang ipagpasalamat o hindi ang pagtawag ng kung sino man na nasa kabilang linya.

"Sandali lang," aniya kay Emil.

Tumango ito bago uminom sa baso nito.

Nangangatal pa rin ang mga kalamnan niya nang iwan niya ito sa balkonahe. Napahawak siya sa magkabilang pisngi niya. God, how could she let that happen? Sa isang banda, bakit nga ba niya pipigilang mangyari iyon gayong sa simula pa lang ay damang-dama na niya ang pisikal na atraksiyon sa kanilang pagitan? Sandaling huminto sa pagtunog ang telepono pero agad ding nag-ring iyon. Iniangat niya ang awditibo. Si Ben nga ang nasa kabilang linya.

"I'm sorry, may ginagawa kasi ako kaya hindi agad ako nakatakbo sa phone. What did you find out?" tanong niya rito.

MULING nanikip ang harap ng pantalon ni Emil habang pinanonood niya si Casey sa pakikipag-usap nito sa telepono. Habang nahihirapan siya ay tila enjoy na enjoy naman ito sa pakikipag-usap sa kung sino mang Pontio Pilato na nang-istorbo sa kanila. The truth was, he would have loved to continue what had almost happened to them. Kaya lang, hindi siya ang klase ng lalaki na sugod nang sugod nang hindi nag-iisip. Kung ganoon siya, sana ay may nangyari na sa kanila ni Casey.

He was attracted to her. He knew she wanted him, too, he could feel that. Kaya lang, alam niyang mali para sa kanilang dalawa ang maglaro ng apoy. Hindi siya ang klase ng lalaki na nagko-commit sa isang relasyon. He had been with enough women to know exactly who was the commitment type and who was not. And Casey was the real thing. He was not good enough for someone like her. Kaya kung gusto niyang huwag itong masaktan, kailangan niyang pigilan ang kanyang pagnanasa.

Meaning, he had to get out of there... fast.

Sandali lang itong nakipag-usap sa telepono. Nang bumalik ito sa balkonahe ay napansin niyang bahagyang namumula ang magkabilang pisngi nito. But she was alrealy calm and collected. While the starch on the front of his jeans was still... yes, starch.

"Ang sabi ni Ben, in-okay ka ni Judge Ordoñez," wika nito na tila hindi na hinintay na magtanong siya.

Dapat ay masiyahan siya dahil malinis ang tingin nito sa kanya at hindi na ito natatakot o nag-aalala. Pero hindi ganoon ang nararamdaman niya dahil tiyak na lalo itong magpupursige na makuha ang serbisyo niya. "Kailangan ko nang umalis, Casey," paalam niya.

"I told you, you can't leave. I need you."

It was a good thing she repeated that while she was yards away from him. Nilingon uli niya ito. Muling nanumbalik ang kulay ng mukha nito. "Para sa ano? Personal ba o business? Kung personal, baka mapag-isipan ko pa. But if it's business, I told you, I don't kill."

"Hindi naman ako magpapapatay ng kung sino," natatawang sabi nito. "Ang kailangan ko'y ang katawan mo."

Hindi makapaniwalang napamaang siya rito. "Meaning, my tattoo passed inspection?"

"Puwede na."

Humalukipkip siya. "Kailan mo kaya ibibigay ang buong eksplanasyon na kanina mo pa ipinapangako?"

Umiiling na sumandal ito sa railing. "Hindi ko rin maintindihan kung bakit bigla akong nawalan ng talent sa pagpapaliwanag. Para mas madali siguro, magtanong ka na lang. I'll answer all the questions you will ask."

Finally! "Fair enough. So, sino si Emilio Carusso?"

"Si Emilio Carusso ang latest hero ng nobela namin."

"Latest?"

"Oo. May bagong hero ako every month."

Natigilan siya. His toes began to curl. Jesus, he wasn't sure anymore if asking questions was as safe as just having his hunches. She had one every month? And he could have bet his last money she was a woman who liked commitments. Was he losing his touch? "Uhurm. You mean, like ice cream?"

"Ice cream?"

"Yes, ice cream. May flavor of the month."

"Ah, parang ganoon na nga. Pero iba-iba sila. Parang flavor ng ice cream. Iba-iba ang personality at physical appearances nila. Pero ang pinakaimportante at hindi nawawala, on command, nabubuhay sila para sa akin."

Napalunok siya at nagsimulang pagpawisan. "I'm almost afraid to ask what the command is."

"Oh, that's just an expression. What I meant is, when I see him, he literally has to jump on the cover. On command. I don't have to say anything. Just when I see him, he comes alive."

Muntik na siyang mabuwal sa narinig. Napahawak siya sa railing. Sa pakiwari tuloy niya ay napasok siya sa kung anong erotic fantasy na nabuo dahil sa paliwanag at sa tinig nito. He was so turned on and as hard as a brick. Hindi pa niya nararanasang mag-audition para sa isang job in bed. Well... isang beses lang, noong disisais anyos siya at nagtrabaho siya bilang hardinero sa bahay ng isang biyuda. Pero matagal nang nangyari iyon. At hindi na naulit iyon. Hindi na rin siya nagkaroon ng longtime relationship. Kapag nai-involve siya sa isang babae at nararamdaman niyang lumalalim na ang damdamin nito sa kanya, siya na ang lumalayo. Ayaw niyang may nasasaktan siya.

Until now. Jesus, he was so hot he could take her anywhere she wanted. Temporary use of his body was just fine. Hindi na niya kayang mag-isip. "Where is your bed?" he asked.

"My bed?" gulat na tanong ni Casey.

"Hindi ko kailangan ng trabaho. Pero kung kailangan mo talaga ang katawan ko, then it's all yours. I like your body, too. It's spectacular. So, let's do it." Nilapitan niya ito at tinangkang yakapin pero maliksing nakaiwas ito sa kanya.

"Do it?" ulit nito. "Emil, walang involved na katawan sa job offer ko."

Okay, okay. She's playing with me. But with a body like hers, she could get away with anything. Kaya niyang magpasensiya at iyon ang gagawin niya. "All right. So, where do you keep your covers?"

"My covers?"

"I could jump any time into any cover you want me to jump into, angel. Ituro mo lang kung saan ang kuwarto at—"

She started to laugh. Parang wala na itong balak na huminto. Hinawakan nito ang tiyan nito at ang bibig nito. At naluluha na ito sa kakatawa.

CHAPTER FIVE

NAPAKAMOT sa batok niya si Emil. Nainsulto siya sa paghalakhak ni Casey. "All right, puwede bang diretsahin mo na ako kung ano talaga ang balak mong ipagawa sa akin at kung saan ko gagawin iyon? I've had weird conversations before but nothing as weird as this," galit nang tanong niya rito.

Sa wakas ay tumigil ito sa pagtawa. Pinahid nito ang mga luha nito. "I didn't mean... I mean, hindi ikaw mismo ang kailangan ko kundi ang katawan mo. Naghahanap ako ng model para sa illustration ng romance novel na ilalabas ng publication namin sa June."

Napamaang siya rito. "Naghahanap ka ng model para sa cover ng isang romance pocketbook?" paniniguro niya.

Tumango ito nang sunud-sunod. "Yes. Ilang oras lang ang itatagal ng photo shoot. Kapag tinanggap ng art department namin ang mga shots mo, it might make you famous among our readers."

Famous investigative reporter, now pin-up model for romance pocketbook. Ha-ha! Sheesh. Sumandal siya sa railing. "Magsimula ka sa simula, puwede? Pumunta ka sa Bilibid para sumundo ng isang lalaking gagawin mong modelo?"

Tumango uli ito. "Yes. Like I've told you, I'm Casey Larosa, editor in chief of Old Rose Romances. Naghahanap ako ng lalaking magagamit naming model sa illustration ng June cover namin. Base sa kuwento, napawalang-sala ang hero na Emilio Carusso sa isang krimen na hindi niya ginawa kaya ini-release siya sa Munti. He's out for revenge. Bumalik siya sa kanyang bayan para maghiganti at i-reclaim ang kanyang kasintahan na si Angel. May model na kami para kay Angel. Ang hinahanap na lamang namin ay model para kay Emilio."

"Ang tattooed at macho na caveman. I know."

"Yes."

"Saan ka makakahanap ng guwapong caveman?"

"Kayo lang ni Mel ang nagsabi na guwapong caveman ang hinahanap ko. For me, he didn't need to be handsome or... gorgeous. We've had gorgeous men on the covers of our books. He must look... manly.

Iyong kapag tiningnan ng babae, she'll have no choice but to... to come alive."

"Sino si Mel?" tanong niya.

"Ang editorial assistant ko," sagot nito.

"Kung sinabi mo agad kanina na editorial assistant mo siya, nakuha ko sana agad ang sinasabi mo," paninisi pa niya rito.

"Sorry. So... puwede ko na bang itanong kung sino si Emil?"

"Emil, yes. Emil is Emilio de Veira, an aroused idiot who also doubles up as a news correspondent who is supposed to be on leave."

"Emilio de Veira?" Bigla itong nag-perk up. "Emilio de Veira? Ikaw si Emilio de Veira?"

Ngumiwi siya at saka ngumiti. "Sa wakas, hindi na ako magmumukhang tanga. You have finally recognized my name."

"If I'm not mistaken, ikaw ang nag-expose sa pamba-bribe ng head ng Customs sa isang firearm dealer," humahangang sabi nito. "Sino ang hindi makakakilala sa iyo sa publishing industry?"

"Yes, that's me." Lumiyad pa siya.

"You must lead a very exciting life."

Hindi siya nakasagot. Dahil nang mga lumipas na taon ay hindi na exciting ang tingin niya sa kanyang karera. Marami na siyang nai-expose na mga katiwalian pero batid niyang daan-daan pa ang hindi na kailanman pa mabubuksan. Iilan lang silang nasa media na naghahabol sa katotohanan. At sa bawat pagkakamali at krimeng nabubuksan niya, may mga nasasaktan na inosenteng tao.

"Pasensiya ka na, hindi kita nakilala."

"I'm undercover right now. Kahit ang editor ko, hindi alam ang ginagawa ko."

"At hindi ko puwedeng tanungin sa iyo kung ano ang ginagawa mo sa piitan, right?"

"Puwede kang magtanong. But I'm afraid I cannot tell you, or I'll have to kill you."

"He-he."

"He-he."

"Ngayon, alam ko na kung bakit desperado kang matakasan si Larry. Nakilala ka kasi niya."

"Tama ka. Ang problema, nakita ka rin niya. At sigurado ako na sa mga oras na ito, pinipilit na niyang alamin kung sino ka at kung ano ang kaugnayan mo sa akin."

"Talaga bang nagpanggap kang bilanggo just to get the story you want?" tanong nito.

"Oo," sagot niya. "Bukod doon, wala na akong ibang sasabihin. Isa pa, sa tingin ko, hindi mo gugustuhing malaman ang iba pang mga naranasan ko."

"Paano kung nagkataong wala ako sa Bilibid kanina? Sa palagay mo, paano ka makakaalis doon nang hindi nakikilala ng mga reporter na iyon?"

"May susundo sana sa akin bukas, si Meynard, ang assistant ko. Nag-iwan ako ng message sa answering machine niya. I can't use anyone's cellphone dahil baka ma-trace ang number na gagamitin ko. Alam mo na. Anyway, mukhang hindi agad niya natanggap dahil wala siya roon kanina. Which reminds me, puwede ba akong gumamit ng telepono mo?"

"Sure. Help yourself. Alam mo naman na kung nasaan iyon."

"Thanks."

PINANOOD ni Casey si Emil habang pumapasok ito sa loob ng bahay. Kapagkuwan ay napapihit siya sa harap ng bahay nang may narinig siyang tunog ng sasakyan na huminto roon. Sasakyan ni Ben iyon. Sinabi niya rito na hindi na nito kailangang bisitahin siya para personal na makita si Emil pero sinadya pa rin siya nito.

Noong maliliit pa sila ay magkalaro na sila nito, kasama ang iba pang mga bata na nakatira sa neighborhood. They all used to play in Ben's house.

Mabait ang mama nito na kaibigang matalik ng kanyang mama. Nang mamatay ang lolo at lola niya, parang naging "self-appointed kuya" na niya si Ben. Sabagay, ganoon din naman ang tingin niya rito. Protective ito sa mga kaibigan nito na mga babae palibhasa ito ang pinakamatanda sa kanilang magkakaibigan.

He was ten years older than her. Pero binata pa rin ito. Siya na lamang ang natitirang kaibigang babae nito na hindi pa nag-aasawa at sa tingin nito ay nangangailangan ng pag-aalaga ng isang kuya. Bumaba siya ng bahay at sinalubong niya ito sa gate.

"Alam mong hindi mo na kailangang pumunta rito," sabi agad niya rito.

"Oo nga at sinabi ni Judge Ordoñez na mabuting tao si Emil pero hindi ako basta naniniwala. Alam mong hindi ako matatahimik hangga't hindi ko siya nakikita at hindi ko nasisigurong ligtas ka sa kanya. Nasaan siya?"

"Huwag kang mag-alala, Sir. I may have a notorious reputation in the press, but I guess politicians and criminals are the only ones not safe when I'm around," sabi ng boses na nagmumula sa front door.

Napalingon sila roon.

"Relax, Emil. Gusto ko lang bisitahin si Casey.

Hindi mo kailangang maging defensive," sabi rito ni Ben.

"Not defensive but suspicious. Isang buwan din akong nasa loob ng kulungan. Siguro kahit ayoko, dala ko rito sa labas ang mga natutuhan ko sa loob."

"Ganoon talaga kung exposed ka sa trabahong nag-i-involve sa iyo sa mga kriminal na elemento. In that respect, pareho ang mga pulis at investigative reporters. Pero huwag kang mag-alala, supporter mo ako, bata. Gusto ko lang makasiguro na nagkakaunawaan kayo sa gustong ipagawa sa iyo ni Casey."

Napangiwi siya.

Tumawa naman si Emil. "Nagkakaunawaan?" kapagkuwan ay sabi nito. "Sure, nagkaunawaan na kami sa wakas. But you wouldn't want me to explain how or how long." Umurong ito na tila pinapapasok na sila nito sa loob ng bahay.

"Pasensiya ka na talaga, Emil," hinging-paumanhin niya. "I understand if you are a bit confused. But—" Naputol ang pagsasalita niya nang tumunog ang doorbell. Bumalik siya sa gate. Napagbuksan niya si Mel. Pinapasok niya ito. Papilay-pilay na lumakad ito. Pumasok sila sa loob ng bahay. Nasa balkonahe na sina Ben at Emil. "Sana, hindi ka na muna pumunta rito ngayon. Ipinahinga mo na lang muna sana ang paa mo."

"And miss meeting Emilio Carusso? Not on your life." Dumiretso ito sa balkonahe. Hindi nito pinansin si Ben. Sa halip, tumigil ito sa harap ni Emil at pinasadahan ng tingin si Emil mula ulo hanggang paa at pabalik. Para tuloy specimen sa biology laboratory si Emil. "Wow, he's perfect! Ang galing mo talaga, Casey. Ano'ng plano mo ngayon kay Lily?" Ang tinutukoy nitong "Lily" ay ang modelo nila para sa kanilang heroine.

Napatingin siya kay Emil. Nagsalubong ang kanilang mga paningin. "Plano kong pagsuotin na lamang ng mahabang wig si Lily para mag-create ng effect na matangkad siya," sagot niya.

"Hindi puwede. Masyado siyang maliit para sa kanyang partner," sabi ni Mel na nakatingin pa rin kay Emil. "Hindi siya bagay kay Emil. Kailangan, matangkad na babae na mahaba ang buhok, maputi at maamo ang mukha na tulad mo ang maging partner niya."

Uminit ang magkabilang pisngi niya. Ipinapahiya na siya nito sa harap ni Emil. "H-hindi puwede. Na-hire ko na si Lily. Nakapirma na siya ng kontrata. Hindi na siya puwedeng palitan."

Hindi sumagot si Mel. Tinitigan nito nang matagal si Emil.

"May problema ba?" kapagkuwan ay tanong ni Emil.

"Wala, hijo. Walang problema sa iyo. Ang pinoproblema ko ay ang edad mo. Kung puwede lang kitang pabatain. Pero hindi pala, ako ang gustong magpalit ng edad." Nginitian pa nang matamis ni Mel si Emil. "How do you feel about older women?"

"Mel! Oh, my God! She's just joking," maagap na sabi niya kay Emil.

"It depends on the woman. Walang problema sa akin ang agwat ng edad," sabi ni Emil na ngumisi pa.

Binalingan siya ni Mel at kinindatan. "Gusto ko siya."

Napatirik ang mga mata niya sa kisame at napaungol siya.

"What about the tattoo?"

"Gusto mo ring makita?" eager na tanong ni Emil kay Mel saka ito nagsimulang maghubad.

"Hindi na kailangan," ani Mel. "Kung sinabi ni Casey na okay ka na, okay ka na." Papilay na lumakad ito palayo sa kanila. Tumigil ito sa tabi ng isang stool at saka umupo roon. Kapagkuwan ay pinagmasdan nito si Emil bago bumaling sa kanya. "Casey, hindi talaga puwede si Lily. Go on, humor us. Tumayo ka sa tabi niya."

"Mel... ano ba? Huwag ka ngang luka-luka."

"Hindi ako naloloka." Bumaling ito kay Ben.

"Mister? Puwede bang ilapit mo iyong full-length mirror na iyon dito? Thank you." Nagpasalamat agad ito kahit hindi pa kumikilos si Ben. Pagkatapos ay binalingan siya nito. "Makikita mo, tama ang sinasabi ko. Basta tumabi ka lang sa kanya. Sige na, Lady Boss. O gusto mo bang hilahin pa kita?" Tumayo ito at akmang lalapit na sa kanila nang pigilan niya.

"For God's sake, Mel, maupo ka nga. Sige na, tatabi na ako sa kanya. Basta maupo ka na lang diyan." Lumakad siya patungo sa harap ng salamin na inilabas ni Ben sa balkonahe.

"Tumayo ka riyan," utos naman nito kay Emil na sinunod ng lalaki. "That's right, Emil. Lapitan mo siya. Tumayo ka sa likuran niya at iyakap mo ang mga bisig mo sa baywang niya."

Nakita niya sa salamin ang resigned na pagsunod ni Emil. Bumuntong-hininga siya. Talagang bossy si Mel. Sanay na sila sa ugaling iyon nito. Besides, loyal at affectionate naman ito sa lahat. Tiningnan niya si Emil para mag-apologize sa behavior ng editorial assistant niya. Hindi na niya naituloy iyon dahil natigilan siya nang yakapin siya nito mula sa likuran. Nagtama sa salamin ang kanilang mga mata.

Tuluyan na niyang nakalimutan ang kanyang sasabihin. Nablangko ang isip niya at bumilis ang tibok ng kanyang puso. Pakiramdam niya ay nakasakay sila sa isang carousel. Kahit anong pilit niya sa sarili na magsalita ay hindi niya magawa. Hindi niya maalala kung ano ang sasabihin niya. Parang silang dalawa lamang ang naroroon sa lugar na iyon nang mga sandaling iyon. Kaya naman napapitlag pa siya nang marinig niya ang pagtawa ni Mel. Napakurap-kurap siya. Sabay pa silang napatingin dito ni Emil.

"Yes. I knew it! Dumikit ka pa nang kaunti, Emil. Nararamdaman mo ba? Ang init, `no?"

"Tama ka. Biglang uminit dito," pagsang-ayon naman ni Ben kay Mel.

Naiiling at nag-iinit ang magkabilang pisngi na pinagmasdan niya ang repleksiyon nilang dalawa ni Emil sa salamin. Pagkatapos ay binalingan niya si Mel. "You're right, Mel. Masyado ngang mababa si Lily para kay Emil. Tatawag ako sandali sa telepono. Kakausapin ko si Nadine. Baka wala siyang gagawin bukas. Siya na lang ang ipalit natin kay Lily." Kakalas na sana siya kay Emil pero naramdaman niya ang pagpigil nito sa kanya.

"Bakit mo pa gagawin iyon? May model ka na para kay Angel... Ikaw," sabi nito sa kanya.

"Ako? Pero hindi ako modelo," protesta niya.

"At ako ba, modelo?" tanong nito.

Nakatingin siya rito sa salamin kaya nakikita niya sa ekspresyon ng mukha nito na nasosorpresa at nalilito ito. Kinabahan siya. Pakiramdam niya ay itinuturing nito na team sila sa trabaho na gusto niyang ipagawa rito. Na kung hindi siya papayag sa gusto nito, hindi na rin ito papayag na magmodelo para sa kanila.

"Iba ito, Emil," malumanay na sabi niya. "I work with these people. Ano na lang ang sasabihin nila kapag bigla akong nagmodelo?"

"So am I. Sa palagay mo, ano na lang ang iisipin ng mga taong sumusunod sa mga series of exposé ko kapag nalaman nilang nagmodelo ako para sa isang romance pocketbook?"

"They'll think you're investigating romance pocketbook publications?"

Kumunot ang noo nito. "Gagawin ko lang ang trabahong iyon kung gagawin mo rin iyon. Magpo-pose ako para sa book cover mo, at the same time I'll stay here and do my article on your computer. I need to do that article right away bago ako maunahan ni Larry. Kailangang mai-submit ko ang exposé ko bago ka niya makilala o bago niya malaman kung ano ang ginagawa ko sa Munti. Kapag hindi ka pumayag, then there's no deal. I'll have to go and find a place so I can do my real job right now. In fact, nasasayang ang oras ko sa daldalang ginagawa natin ngayon dito."

Nabasa niya ang pag-alala sa mukha nito kaya na-realize niya na hindi lang ang exposé ang inaalala nito kundi maging siya. There was really no other choice, was there? "All right," aniya, sumusuko na rito.

Pumalakpak si Mel. "Yes!"

Pero parang hindi niya narinig iyon. Nakatitig pa rin siya sa mga mata ni Emil. Kung ang mga mata ang salamin ng kaluluwa, alam niyang nakikita nito sa mga mata niya na nag-aalala rin siya. At alam nito kung para saan iyon. Nagprotesta ang kalooban niya dahil alam niyon kung ano ang pinapasok niya sa simpleng pagpayag niya.

Nagkamali si Mel. Alam pa niya kung ano ang epekto ng isang tunay na lalaki kapag nakaharap niya ito. Right now, the real man standing behind her still had his arms looped around her. At ramdam na ramdam niya iyon. At alam ni Emil ang nararamdaman niya dahil tumatangu-tango ito.

CHAPTER SIX

KINUMBINSI ni Casey si Mel na doon na lang ito matulog sa bahay niya sa halip na bumiyahe pa ito pabalik sa Cainta, Rizal. Bukod sa pilay ito ay may iba pa siyang rason. Kailangan niya ng kasama kapag umalis na si Ben at maiwan silang dalawa ni Emil. Sa pakiwari niya ay naging mas matindi ang sexual tension na namamagitan sa kanila nito. At makakatulong na may iba silang kasama sa bahay para maiwasan nila iyon.

Binulungan siya ni Ben bago ito umalis. "I know you know what you're doing. Pero alalahanin mong hindi mo pa siya kilala nang lubos. Kaya hinay-hinay lang, okay?"

"Ben, naman. Bakit ako ang pinagsasabihan mo samantalang kitang-kita mo naman siguro kung paano siya titigan ng assistant ko?"

"May boyfriend na ba iyon?"

"Wala pa. Masyadong matapang sa manliligaw ang isang iyon. Pero sweet siya kapag type niya iyong guy."

Kumunot ang noo nito. "Sweet siya kay Emil?"

"Binibiro lang niya si Emil. Hindi siya mahilig sa lalaking mas bata sa kanya."

"Sa tingin mo, may pag-asa ako sa kanya?"

Napangiti siya at saka niya binulungan ito. "Pag-alis mo, tiyak, malalaman ko ang sagot sa tanong mo."

"Sabihin mo sa akin, ha?"

"Siyempre naman, `no."

Pag-alis nga ni Ben ay tinanong agad niya si Mel.

"May girlfriend na ba iyon?"

"Wala pa. Type mo?" tanong niya.

Nagkibit-balikat ito. "Ano sa tingin mo, Lady Boss?"

"Sa tingin ko, type ka niya."

Bumungisngis ito. "Sige. Sabihin mo, ligawan muna niya ako."

"Iyon lang pala, eh."

Nagpaalam na itong magpapahinga sa sofa sa sala. Si Emil naman ay nag-shower sa bathroom sa itaas ng bahay. Nagtungo siya sa kusina at nagluto ng kanilang dinner. Nagsaing siya sa rice cooker at naghiwa siya ng mga gulay para sa chop suey. Habang ginagawa niya iyon ay nagpapalambot din siya ng frozen steak. Nang naglalagay na siya ng mga plato sa mesa ay saka pumasok sina Emil at Mel sa kusina. Tinulungan siya ng mga ito sa paghahanda sa mesa.

Habang kumakain ay panay ang kuwentuhan nila tungkol sa kung anu-anong topic. Ganunpaman ay nararamdaman pa rin niya ang sexual attraction sa pagitan nila ni Emil. Lumulukso ang puso niya sa simpleng tingin nito sa kanya. Kinikilig siya nang lihim tuwing ngingitian siya nito.

Pagkatapos maghapunan ay si Emil ang nagprisintang maghugas ng kanilang mga pinagkainan. Inihatid naman niya si Mel sa kuwartong tutulugan nito. Kapagkuwan ay iniwan niya ito at lumipat siya sa kuwartong gagamitin ni Emil. Inayos niya iyon. Paglabas niya roon ay pinuntahan niya ito at sinabihang nakahanda na ang kuwarto nito. Tumanggi ito at sinabing sa sala na lamang ito matutulog.

"Sa sofa na lang ako. I can manage," sabi pa nito.

"Matangkad ka. Hindi ka kasya sa sofa. Kailangan mong makapagpahinga nang maayos para sa shoot bukas. Tired lines might show on your face."

"Believe me, pagkatapos kong maranasan na matulog sa sahig sa kulungan, cloud nine na ang feeling ko na mahiga sa sofa mo. Alam ko, makakapagpahinga ako nang maayos doon."

"Nonsense. Matulog ka sa kama para mas makapag-relax ka." She started to move around him when he started to move towards the opposite direction. At dahil pulgada lang ang layo nila sa isa't isa, nagkabungguan sila. Pakiramdam niya ay may nanulay na kuryente mula sa katawan nito patungo sa kanya.

"The only way I could get rid of this tension in my body is if I sleep in that bed with you tonight," pabulong na sabi nito sa kanya. "Which is pretty impossible with Mel just in the other room. Kaya sa totoo lang, hindi talaga importante kung saan ako matulog."

Napasinghap siya. Talo pa niya ang nahawakan at nahalikan nito.

"That's... that's highly improper and you know it," breathless na sabi niya. "Ours is a business arrangement. Hindi magiging mabuti kung magkakaroon tayo ng affair, Emil."

"Tama ka."

Napapitlag siya nang marinig ang boses ni Mel. Awtomatikong napatingin siya sa kanyang likuran. Nasa tapat ito ng pinto. Hindi man lamang niya namalayan ang paglapit nito.

"At least, mas gusto naming makita sa camera iyong 'before' look at hindi iyong 'after' look. After the photo shoot, bahala na kayo kung ano ang gusto ninyong gawing dalawa. Saan ang banyo?" tanong nito.

Pinandilatan niya ito. Ilang beses na itong natulog sa kanyang bahay kaya alam na nito kung nasaan ang banyo.

"Gusto kong magkape. Sino ang may gusto? Ipagtitimpla ko."

"I need something stronger than coffee," wika ni Emil sa mababang tinig.

"Walang alak dito. The only thing that's strong is coffee," sabi naman niya.

Papilay-pilay na lumapit si Mel sa kitchen counter. "`Wanna help me?" tanong pa nito sa kanya.

Tumalima siya. Ilang sandali pa at sabay-sabay na silang nagkakape.

"SI CASEY ang puso ng Old Rose Publication. Siya ang nakaisip ng concept ng Old Rose Romances at nag-hire sa buong staff," pagkukuwento ni Mel kay Emil. Iniwan sila ni Casey sa kusina dahil kailangan daw nitong mag-e-mail sa kuwarto nito.

"Mabuti na lang at nakahanap kayo ng publisher na pumayag mag-publish ng kahit dalawang libro lang sa isang buwan," sabi niya.

"Sister company kami ng malaking publishing

company na pag-aari din ng publisher namin. Ang totoo, walang nag-expect sa amin na kikita agad ang Old Rose Publication. Thanks to Casey. Isang taon pa lang kami pero kahit paano, malapit na kaming mag-breakeven."

"Huwag ako ang pasalamatan mo... si CY," sabad ni Casey nang pumasok ito sa kusina. Umupo ito sa upuan na pinuwestuhan nito kanina at hinawakan ang tasa ng tsa na iniwan nito. Nagkakape silang dalawa ni Mel habang ito naman ay nag-tsa. "Naniniwala siyang kaya nating lumago kaya hindi ako na-pressure sa kanya. Okay lang sa kanya ang reasonable profit natin. Isa pa'y hindi siya tumitingin sa kompetisyon. Personally, hindi ko gusto ang lifestyle niya. Professionally, nirerespeto namin ang isa't isa."

Napatitig siya rito. Parang nagseselos siya sa relasyon nito sa publisher nito, the only man he could imagine Casey considered enough to look up to. Hindi niya ma-imagine ang kanyang sarili na karelasyon ang isang career woman at workaholic na kagaya nito. Honestly, tanging ang sexual attraction lamang nila ang dahilan na naiisip niya kung bakit gusto niya ito.

He didn't want to think he was a chauvinist simply because he wanted "softer" women in his life. Pero ngayong nakilala niya si Casey at nagseselos siya, nagdududa siya kung naging chauvinistic ba siya sa buong buhay niya.

NARAMDAMAN ni Casey ang unti-unting paglalim ng titig sa kanya ni Emil kahit pinipilit niyang huwag pansinin iyon. Nakatulong sana na hindi siya tumitingin dito pero nararamdaman pa rin niya iyon. Patuloy pa rin sa pagsasalita si Mel. Wala siyang makitang indikasyon na inaantok ito.

"Gaano ka na katagal na nagtatrabaho sa publishing?" biglang tanong ni Emil kay Mel.

"Five years," sagot ni Mel.

"Ikaw?" tanong naman sa kanya ni Emil.

"Five," sagot niya. "Kung isasama iyong pagka-copy edit ko noong college, nine. Dalawang trabaho ang hinawakan ko bago ako napasok sa kompanya ni CY, parehong sa romance publishing."

"At parehong nagsara dahil sa kompetisyon," sabad ni Mel. "Magaganda naman iyong mga books na pina-publish nila pero may kulang. Until she took a hold on them but was too late to save anything."

Tumango siya bilang pagsang-ayon sa sinabi ni Mel. "Doon sa unang trabaho ko, dalawang buwan pa lang akong editor in chief, nagsara na iyong publication. Same with the next. Three months pa lang akong napopromote, nagsara na rin. Minsan nga, naisip ko na baka malas ako sa isang kompanya. Until CY contacted me. He took a chance on me. Then, a year ago, pinahawak niya sa akin ang Old Rose Romances. I knew what I wanted and he believed in me."

Bumuntong-hininga si Emil kaya napatingin silang dalawa ni Mel dito. Ngalingaling sabihin niya na ito naman ang magkuwento tungkol sa buhay nito. Para namang nabasa nito ang iniisip niya, ngumiti ito at nagsimulang magsalita.

"All right, I'll tell you my story. I come from a family of lawyers, judges and politicians. Pero lihis sa propesyong iyon ang pinili kong karera. College pa lang ako, kaaway ko na si Daddy dahil tutol siya sa course na kinuha ko. My brother felt I betrayed the family. He got mad at me kaya lumayo ako. Matagal na akong hindi umuuwi sa amin sa probinsiya. Noong nakakausap ko pa si Mommy sa telepono, lagi rin kaming nag-aargumento. Kaya heto, nagsosolo ako sa buhay."

Walang nakapagsalita sa kanila ni Mel.

"Paano kayo nagkakilala ni CY Montenegro?" tanong nito sa kanya. Tila nais lamang nitong ibahin ang usapan. "He is pretty reclusive, isn't he? Hmm... parang nakakaamoy ako ng romance."

Nag-iwas siya ng tingin. "Kilala siya ng pamilya ko. Noong magsara ang huling kompanya na pinagtrabahuhan ko, kinuha nga niya ako para maging empleyado niya."

"He owns a newspaper publication? Bakit hindi ko yata naririnig ang pangalan niya?"

"He's just a silent partner. Ang sabi nila, he's a cold man. Ang sabi naman ng iba, ayaw lamang daw ni CY na nalalagay sa limelight. I don't know how he does it but he manages to stay out of the spotlight."

"So, ano pa ang ibang ginagawa niya?"

"He gets married."

Natigilan ito. "What does it mean?"

"He collects wives," sagot ni Mel. "Tatlong beses na siyang nagpakasal at nagpa-annul. Kakakasal lang uli niya last week. Sana nga, ako na lang ang pinakasalan niya, eh. Kaya lang, mahilig siya sa batang babae."

"Expensive," sambit ni Emil.

"Iyon si CY," aniya bago niya napigilan ang kanyang sarili.

Napatingin na naman sa kanya si Emil pero hindi ito nagsalita.

Tumayo si Mel. "Kayo na ang bahala sa mga hugasin, ha? Magpapahinga na ako. Ako na ang matutulog sa sofa. Maliit lang ako kaya kasyang-kasya ako roon. That way, hindi ko na kailangang mag-akyat-baba sa hagdan kapag magsi-CR ako, right?"

"Pero, Mel—"

"Mag-e-edit ako sa laptop ko kaya magpupuyat ako," putol nito sa pagpoprotesta niya. "Kayong dalawa, kailangan n'yo ng beauty rest para sa photo shoot n'yo bukas. Mapagkakatiwalaan ko ba kayong dalawa na mag-behave?" makahulugan pang sabi nito.

"Of course!" mabilis na sabi niya.

"Malamang na hindi," natatawa namang sabi ni Emil. "Pero puwede kitang buhatin paakyat sa hagdan at pababa. Hindi ako papayag na sa sofa ka matulog." Bago pa makapagprotesta ang sino man sa kanila ni Mel, binuhat na nga nito si Mel paakyat sa ikalawang palapag ng kanyang bahay.

"PARANG kuwarto ng teenager ito, ah," komento ni Emil habang palinga-linga siya. Kababababa lamang niya kay Mel sa gitna ng kama.

"Uh-huh," kumpirma nito. "Ito ang ginagamit na kuwarto ni Casey bago namatay ang kanyang lolo. Bata pa siya noong mamatay ang kanyang mama kaya ang lolo at lola niya ang nag-alaga sa kanya. Masyado nang matatanda ang lolo at lola niya para mag-aruga ng bata. `Tapos, may negosyo pa silang inaasikaso kaya lagi silang wala rito. Kaya naiiwan siya sa kanilang maid. She grew up with books as companions."

"What about her father?" usisa pa niya.

"Hindi kasal ang parents niya. Hindi rin siya close sa kanyang ama. Ang alam ko, sinubukan siyang kunin ng kanyang papa noong namatay ang kanyang mama pero hindi siya sumama. Hindi na nagpumilit ang papa niya. Sa halip, regular na lamang siya nitong pinapadalhan ng sustento. Ang papa rin niya ang nagpaaral sa kanya sa exclusive school.

"Through the years, may communication silang mag-ama. Paminsan-minsan, nagdi-dinner siya sa bahay ng papa niya. Pero ilag pa rin si Casey sa papa niya dahil medyo mayaman ito. Ilang beses din siyang sinamantala ng mga kakilala niya para makalapit dito para humingi ng pabor. Kaya ngayon, hindi na niya ipinagsasabi na mayaman ang kanyang papa. Maliban sa akin, wala nang nakakaalam sa mga kakilala at kaibigan niya tungkol sa family background niya."

Now he knew how Casey learned to be tough. Gaya niya, mag-isa na lamang ito sa buhay. Hindi man siya inabandona ng kanyang mga magulang, masyado namang abala ang kanyang ama sa propesyon nito bilang judge at ang kanyang ina sa pagiging asawa at ina sa kanyang ama at kapatid na kongresista. He was simply too different from his family and he tended to rebel when he was younger and still lived with them. In fact, he used to embarrass them a lot while he was still studying.

"What do you think about me and Casey?"

"Honestly?" tanong ni Mel. "Ikaw ang kauna-unahang lalaki na nagpataranta sa kaibigan ko. And well, ano'ng nakikita ko? You two are hot!"

Napangiti siya. Nawala rin agad ang ngiting iyon nang may maalala siya. "Sa tingin mo ba, parang character din sa libro ang tingin sa akin ni Casey? Gaya n'ong hero sa libro n'yo na si Emilio Carusso?"

"Sana hindi. You'll find out tomorrow after the photo shoot because I will be gone by then, like the wind," pagbibiro pa nito.

"He-he." Nagpaalam na siya rito. "`Labas na nga ako."

"Goodnight, Emil. Remember, great athletes abstain the night before the fight!"

Nginitian niya ito bago siya lumabas ng kuwarto.

CHAPTER SEVEN

"WALA akong isusuot?" tanong ni Emil kay Casey. Dumagundong ang malakas na boses nito sa buong sala.

"Emil, please. Ganoon talaga, eh," pagpapahinahon niya rito. "Gagamitin kasi natin iyong dalawang scene sa libro. Formal scene iyong isa, that's why you are expected to wear a formal suit. And the other one is a... well, a—"

"Nude scene," sabad ni Mel nang marahil ay mapansin nito na hindi niya masabi iyon. "Of course, hindi ka kukuhanan nang nakahubad. Mula sa baywang pataas ang shot na gagawin sa iyo. Pero kailangan mong magsuot ng swimming trunks."

Nagpalipat-lipat ang tingin ni Emil sa kanilang magkaibigan. Pagkatapos ay ngumisi ito at saka umiling. "Ano ba itong napasok ko?" kapagkuwan ay sabi nito na tila ang sarili lamang nito ang tinatanong.

"Sandali lang naman iyon, eh. I'm sure, nakapagsuot ka na ng trunks," sabi niya rito.

"Of course. And you'll be doing it with me, right?"

"No, I won't."

"Bakit ako lang?" tanong nito na parang bata na dinaya sa laro.

"Kasi, hindi kasama sa nude scene mo si Casey. Doon lang siya sa formal scene na gagamitin natin sa clinch shot," paliwanag dito ni Mel.

"What's a clinch shot?"

"Isang klase ng shot iyon kung saan magkasama ang dalawang modelo at naka-pose na either magkayakap o magkatabi. In this instance, since both Emil and Angel are sensual people, kailangan ay magkayakap at halos magkadikit ang kanilang mga labi."

"Are we gonna start now, Casey?" tanong sa kanya ng photographer nila na si Pat.

Napatingin siya rito. Halatang naiinip na ito. She came on time. Nahiya tuloy siya dahil pinaghihintay nila ito. Batid niya na may iba pa itong appointment pagkatapos ng kanilang session.

"Okay. Kung gusto ninyong pumarada ako rito nang naka-trunks lang, papayag ako. Basta may kasama ako. You're going to do the nude scene with me, Casey. Or else, walang magaganap na photo shoot."

Maang na napabaling siya kay Emil nang marinig niya ang sinabi nito. "What?" Helpless na napatingin siya kay Mel. "Pero..."

Nagkibit-balikat ito. "I'm afraid he's the boss right now. You'll have to do what he wants, Ma'am."

Ilang sandali siyang nakipagtitigan kay Emil bago siya sumuko. "Sige na nga. Para kang bata," nagmamaktol na sabi pa niya. Pumihit siya at umakyat sa kanyang kuwarto para magsuot ng swimsuit. Unfortunately, she had a tan-colored bikini na kahit kailan ay hindi pa niya naisusuot. It was too revealing. Umiral ang kapilyahan niya. Kung gusto ni Emil na maging miserable siya kasama nito, sisiguruhin niyang mas magiging miserable ito kaysa sa kanya.

Pagkatapos magsuot ng swimsuit ay pinatungan niya ng manipis na roba iyon at saka siya bumaba sa sala. That time ay naka-swimming trunks na si Emil. They all saw the evidence of his reaction. Kaya naman habang nagpo-photo shoot sila, siya ang naasiwa at hindi ito. Her plans backfired. Mukhang hindi man lang nahihiya si Emil sa mga posing na ipinapagawa rito ni Pat. Panay rin ang ngiti ng photographer habang abalang-abala naman si Mel sa pagsa-suggest ng magandang pose nila ni Emil at sa kakatudyo nito sa kanila. At nang tumayo na si Emil sa kanyang likuran, uminit ang mukha niya nang maramdaman niya ang erection nito.

"Emil, ano ba?" sita niya rito.

"It's not my fault. Itinulak ako ng assistant mo," anito.

"You're enjoying this," sita niya rito.

"Hindi ba dapat?"

"Hindi!"

"Ang ibig mong sabihin, iyong mga regular models ninyo, hindi nagkakaganito?"

"Nag-e-enjoy sila pero hindi kagaya ng pag-e-enjoy mo. Trained silang hindi mag-react sa ganitong mga sitwasyon."

"Pasensiya ka na, hindi ako trained sa ganitong sitwasyon. Siguro, kung may paraan para makapag-relax ako kagabi, hindi magiging ganito ka... you know."

She gritted her teeth. Nakakita na siya ng mga modelo na nag-i-struggle na mag-relax sa ganoong sitwasyon. Pero minsan, may mga lalaking hindi pa rin maiwasang maapektuhan ng kapareha nito kaya ginagawan na lamang nila ng remedyo.

Pero iba si Emil. Tuwing niyayakap siya nito at

maglalapat ang kanilang mga balat, nararamdaman niya ang init sa kanilang pagitan, dahilan kung bakit magsa-suggest ng bagong pose si Pat. Kaya lang, mas intimate pa sa nauna nilang mga pose ang ipapagawa nito sa kanila. She knew she had to do something to control the situation before it really got out of hand. Kaya kinausap niya ito pagkatapos ng photo shoot.

"Come with me. We need to talk."

"About what?"

"About this. Hindi puwede ang nangyayaring ito."

"Talk is not what I need. Pero kung sa palagay mo talaga, kailangan nating mag-usap, you're the boss." Minosyunan siya nito na mauna.

Tumalima siya. Nagsuot muna siya ng roba at saka siya umakyat sa hagdan. Nakasunod ito sa kanya. Nang makarating sila sa itaas ng bahay, binuksan niya ang pinto ng isang kuwarto at pumasok siya sa loob niyon. Sumunod pa rin ito. His arms encircled her as soon as the door closed. Nagprotesta siya. "Ano'ng ginagawa mo?" tanong niya habang pumipiglas.

"Ginagawan ng solusyon ang problema," sagot nito.

Before she could protest some more, his lips captured hers. As soon as the kiss started, the protests she was supposed to utter changed into a different need that she could not deny. Tinalo ng nag-iisang pangangailangang iyon ang pagiging rational niya. Nabulagan siya at nawalan ng kontrol sa kanyang emosyon. Bumigay siya sa masarap na pakiramdam nang makulong na siya sa yakap nito at madikit sa balat nito. They seemed to perfectly fit each other as they caressed and kissed each other. Nagsalo sila sa mainit na halik. It went on and on. Until someone started pounding on the door.

"We have to do the other scene, guys!" sabi ni Mel mula sa labas ng pinto. "Nagmamadali na si Pat kasi may pupuntahan pa siya after this. Puwede bang sa ibang oras n'yo na ituloy ang pag-uusap ninyo?"

Si Emil ang unang kumalas. Binigyan siya nito ng satisfied na ngiti. "Sorry, angel. I guess we really have to continue this another time."

"H-ha?"

"Casey!" tawag uli ni Mel mula sa labas ng pinto.

"B-bababa na kami. Sandali lang!" sigaw niya sa kanyang assistant.

"Sige. Five seconds lang, ha?"

Narinig na niya ang paglakad nito patungo sa hagdan kaya naghiwalay na sila ni Emil. Lumapit ito sa bintana. Nayakap naman niya ang kanyang sarili. "I-I'm sorry. Hindi ko alam kung ano ang nangyari sa akin."

"Of course you knew. We both knew exactly what was happening between us. We just didn't know what to do about it."

Napalunok siya. "Hindi puwede ito. Hindi ako handa sa ganitong bagay. Ginugulo mo ang isip ko, ang trabaho ko, ang buhay ko..."

"And you think you're not doing the same to me?" wika nito nang bumaling sa kanya.

Napatitig siya rito. "You must know we can't... do this. As soon as the photo shoot is finished, ihahanap kita ng ibang lugar kung saan ka puwedeng magtrabaho. May spare room sa office. You can use my desk there. Puwedeng doon ka muna bukas kung gusto mo."

Bumuntong-hininga ito na parang sumusuko sa kanya. "Sige, payag ako kung iyon ang gusto mo."

Namayani ang ilang sandaling katahimikan sa kanilang pagitan. Damang-dama niya ang tensiyon.

"Emil—" aniya nang hindi nakatiis.

"Getting the hell away from each other is not going to stop what's happening between us, and you're as scared as I am. So, I'm willing to give it a try," sabi nito sa tinig na parang galit at nagtitimpi. "I need to shave for the next shoot, right? Where's the suit?" pag-iiba na nito sa usapan.

"Nasa closet."

Lumapit ito sa closet at inilabas ang suit na gagamitin nito bilang costume. Pagkatapos ay lumabas ito ng pinto at pabagsak na isinara iyon.

Nakagat niya ang kanyang ibabang labi. Parang ayaw na niyang lumabas. But they still had to work. Kaya kinuha rin niya sa closet ang damit na isusuot niya para sa susunod na eksenang kukunan sa kanila. He was right. They talked about it but it didn't do any good. Tuloy, mas naging tensiyunado sila.

PAGKATAPOS ng photo shoot ay nag-lunch sina Casey. Pagkatapos kumain ay isa-isa nang iniligpit ni Pat ang mga equipment nito. Bago umalis ay binalaan pa siya nito.

"Mag-ingat ka sa kanya, Lady Boss. Tunay na lalaki siya at hindi isang lalaki sa fantasy world mo. Hindi mo dapat—" Natigilan ito, ipinilig ang ulo at saka ngumiti. "Ano ba'ng sinasabi ko? Seriously, you deserve a break, Lady Boss."

"Thanks," sabi niya.

Nginitian siya nito at umalis na ito. Inihatid niya ito sa pinto. Sumunod na nagpaalam si Mel. Naiwan silang dalawa ni Emil. Pilit pa rin ang kanilang pag-uusap. Nagkakailangan pa rin sila kapag nagkakatinginan.

Nagpaalam ito na gagamit ng kanyang computer. Pumayag siya. Iniwan na niya nang umupo ito sa harap ng computer at nagsimulang magtrabaho.

Umakyat siya sa kanyang kuwarto dala ang mga manuscripts na kailangan niyang basahin. Pero nahirapan siyang magtrabaho dahil laman ito ng isip niya. Inihinto niya ang pagbabasa at nahiga na lamang siya sa kama. Nakatulog siya. Naalimpungatan siya nang may kumatok nang malakas sa pinto. Bumangon siya. Pinagpapawisan siya kahit nakabukas naman ang electric fan. Tiningnan niya ang kanyang hitsura sa katapat na salamin. Magulo ang buhok niya kaya sinuklay niya iyon ng kanyang mga daliri. Pagkatapos ay bumaba siya ng kama at binuksan ang pinto. Nakatayo si Emil sa labas niyon.

"I'm sorry," wika nito pagkatapos siyang titigan nang ilang sandali. "Hindi ko alam na natutulog ka."

"It's too hot to work."

"How about some ice cream? Bumili ako."

"Sige. Magsusuklay lang ako at bababa na ako."

"Hindi na kailangan. Your hair looks fine. Halika na."

Relieved na sumunod siya rito. Hindi na sila naiilang sa isa't isa. Magkasabay silang bumaba sa kusina. Nakita nga niya sa ibabaw ng mesa ang isang gallon ng ice cream. Sa tabi niyon ay may dalawang ice cream goblet. Tumawa siya.

"You're that sure I will go down?" tanong niya rito.

"I'm that sure you like ice cream," sabi nito. Lumapit ito sa mesa. Binuksan nito ang gallon at sinimulang mag-scoop ng chocolate and vanilla-flavored ice cream sa dalawang goblet.

Inilabas naman niya ang loaf-bread mula sa bread container na nasa ibabaw ng refrigerator at ibinaba iyon sa mesa. Saka siya umupo sa isang dining chair. They spent the first few minutes eating in comfortable silence. Nang bigla itong magtanong ay nahiling niya na sana ay nanatili na lamang silang tahimik.

"Casey, why aren't you married yet? Bakit wala ka pa ring boyfriend? Nasa tamang edad ka na para mag-asawa. Maganda at matalino ka..."

"Walang nag-o-offer, eh."

Tumawa ito. "I don't believe you."

"Believe it. Ikaw, bakit hindi ka pa kasal? Mas nasa tamang edad ka na kaysa sa akin."

"Walang time," sagot nito.

That, she believed him. "You want to know what I'm thinking?"

"I'm afraid to know," nangingiting sabi nito.

She went on anyway. "I think, the truth is, wala

kang oras sa isang serious relationship kasi ayaw mong bigyan ang sarili mo ng oras. I think we're both single by choice."

"Sa palagay mo, bakit?"

Nagkibit-balikat lamang siya.

"Because we're both afraid to get hurt."

She didn't try to contradict him. Ipinagpatuloy lamang niya ang pagkain ng ice cream. Muling namayani ang katahimikan. Sa pagkakataong iyon ay hindi na naman siya komportable. It was full of tension, full of awareness about a truth they both couldn't honestly deny once they opened their mouths to speak. Ito ang unang nagsalita. For that, he was braver than she was.

"I could try and find another place to work on my article. But do you really think that would stop me from thinking about you, knowing you're alone in here, knowing you're thinking about me, too?"

"Emil..." In an instant, he was at her side. Hinila siya nito mula sa kinauupuan niya at saka siya niyakap. Nag-angat siya ng tingin sa mukha nito. "Emil, I had an affair only once in my life, and I almost did not make it. I can't do this."

"I had a serious relationship with a woman who took me under her wing and taught me everything I know now. Then she dumped me for a younger man. Mula noon, hindi na ako nagseryoso sa kahit sinong babae. Yet, I haven't met anyone like you. I have never felt anything like this. Can you honestly tell me you can fight this?"

Napalunok siya. "Maybe it'll go away once we've tried it."

He looked doubtful. "Not immediately, I hope."

Napangiti siya. "Emil..."

Nagtagpo ang kanilang mga labi. Their kiss tasted of chocolate and vanilla, and was hot, sweet, a humming desire. Kapwa nila nakalimutan ang kinakaing ice cream at ang init ng panahon. He started to take her clothes off.

She stopped his hands. "You can take them off in my bedroom," she whispered.

"Oh, Casey," paungol na sabi nito. Kapagkuwan ay hinila siya nito patungo sa hagdan. Pagdating doon ay binuhat siya nito hanggang sa kanyang kuwarto.

Her writers often told her the best stories they ever wrote were the ones where they let the characters find their own way to their happy endings. She often complained the first lovemaking was always too soon. Kung alam lang niya na ganoon pala ang pakiramdan niyon sa totoong buhay, she never would have given them any problems about that score.

Ang sabi sa kanya ni Mel bago ito umalis, gumawa sila ni Emil ng sariling kuwento nila. Pero gawin daw nilang mas makatotohanan kaysa sa mga nangyayari sa isang kathang-isip na nobela. Huwag daw niyang kalilimutan na mga tunay na tao sila ni Emil na sobrang attracted sa isa't isa sa kabila ng katotohanang hindi sila handa sa isang seryosong relasyon. Could they try that? Could they do that? Sinabi niya iyon kay Emil.

Ngumiti ito. "This will be a novel that you, Miss Editor, will not dare try to rewrite."

Pumikit siya at saka ngumiti. Nang mga sumunod na sandali ay pinabayaan nilang makawala sa kanilang katauhan ang mga tauhan sa kanilang sariling nobela.

CHAPTER EIGHT

WALA na sa tabi ni Casey si Emil nang magising siya kinabukasan. Gusut-gusot ang bedsheet, palatandaan na may naganap sa kanila sa lumipas na buong magdamag. There was no trace Emil came there except for the smell of his hair on her pillow. And the marks his kisses had left on the skin under her clothes. The memory of the night they shared in her bed made her body sizzle and her skin tingle in anticipation of the next night to come. And for the first time in her life, she wished the day was over. She was still too caught up in the fuzz of her new affair with him.

Humugot siya ng malalim na hininga at pinakiramdaman niya ang kabahayan kahit alam niyang wala na ito roon. They talked last night. They both agreed it would be better if he find his own place. Hindi sila puwedeng manatili sa isang bubong. They were both too gone under to stop the sexual affair, but they were both not ready for commitment. And expecting to find him beside her on the bed every morning was really a scary thought.

Bumangon siya at nagtungo sa banyo. She took a shower. Then she prepared herself to go to the office. Pagkatapos ay bumaba na siya sa sala. Maayos na uli roon. Nang magtungo siya sa kusina ay wala na rin sa lababo ang mga pinagkainan nila ng ice cream.

Late siyang dumating sa opisina nang umagang iyon. At lagi pa siyang tulala. Naatrasado rin nang isang oras ang editorial staff meeting na dapat sana ay magsisimula nang alas-nuwebe. Kinabukasan, nang dalhin na ni Pat ang mga sample pictures nila ni Emil na kuha sa bahay niya at makita ng staff niya ang mga iyon, nahuli niya ang makahulugang pagtitinginan at pagngingitian ng mga ito. For the first time in her life, she behaved strangely. Now they all knew why. It was all in the pictures. She could not even deny it and she wouldn't even try.

"Isang tingin pa lang sa mga pictures na ito, I swear, the books will sell like hot pan de sal," sabi ng marketing director nila na si Phil.

"I'm thinking of using these pictures for the clinch shot, hindi na iyong naka-formal attire. Look, kita ninyo ang aura? Visible, `di ba?" sabi naman sa kanya ni Pat.

"Anong aura?" tanong niya.

"Ayon sa isang theory, nakakapag-produce ng electromagnetic field ang mga halaman, hayop at maging tao at ang tawag doon ay 'aura.' Sa halaman, depende ang lalabas na kulay ng aura sa kung anong emosyon ang nararamdaman nila. Look at these pictures, they're red-orange. I could see these pictures are hot."

"Baka naman may problema sa camera mo?" tanong niya rito habang nakatingin siya sa litratong hawak niya.

Magkayakap sila ni Emil sa kuhang iyon. Nakaangat ang mukha niya rito. They were in the act of about to kiss and their lips were just a few millimeters away from each other. Humahangang nakatitig siya sa mukha nito. Nakatingin naman ito sa mga labi niya nang may kahalong pagnanasa. Kulang na lang ay ihiga siya nito sa railing at doon sila mag-make love.

"Walang problema sa camera ko. I took shots of these pictures again last night using another camera. Talagang hindi ko maalis iyong aura. I had to use the computer for this shot here." Itinaas nito ang isang draft layout ng cover na gagawin nila. "See? I've changed the background, yet, the aura is still there. I swear, try to feel the paper, it's warm. I couldn't even begin to describe it."

"Who's the man?" interesanteng tanong ni Alison.

"We didn't get to know his name," sabad niya. In-anticipate na niya ang tanong na iyon dahil nakakatiyak siyang gugustuhing malaman ng mga ito kung sino ang lalaking modelo nila. "I convinced him to pose for us because he's perfect as Emilio Carusso. He agreed to do the job on the condition na hindi lalabas ang pangalan niya para maprotektahan ang privacy niya. Obviously, as you could see, I agreed."

"Hindi siya professional model? I knew it. Look at that. Buhay na buhay si Manoy," natatawang sabi ni Phil.

Bumuka ang bibig ni Mel para magsalita pero pinandilatan niya ito. Naudlot ang pagkastigo niya kay Phil nang may kumatok sa pinto ng conference room. Sumungaw roon ang ulo ng department secretary nila na si Mitch.

"Yes, Mitch?" tanong niya rito.

"May lalaki ho sa phone na nagpupumilit na makausap kayo, Ma'am," wika nito sa kanya. "'Emil' daw ang pangalan niya. Importante raw ang sasabihin niya."

Napatayo siya mula sa kanyang kinauupuan. She hoped her eagerness didn't show on her face as the room became as quiet as a tomb. "Si Emil. Ahm, sabihin mo, maghintay siya sandali. I'm going out," sabi niya kay Mitch.

Tumango ito.

Tumingin sa kanya ang lahat. Isa sa mga cardinal rules kapag nagmi-meeting sila ay wala dapat iistorbo sa kanila unless it was someone as important as their publisher. Except apparently, today. "Mel, preside over the meeting," aniya sa seryosong tinig. Pagkasabi niyon ay lumabas na siya ng conference room. Halos tumakbo siya patungo sa kanyang kuwarto. Pagpasok doon ay iniangat agad niya ang awditibo. "Hello. Casey Larosa speaking."

"Hi! Nakakaistorbo ba ako?" tanong ni Emil sa kabilang linya.

She preened at the husky voice from the other end of the line. She tried to keep it out of her voice. "Actually, yes. Pero ang sabi ng receptionist namin, importante raw ang sasabihin mo."

"Well, actually, yes. I just had a late breakfast with my editor and we talked about my article and other things. Alam mo ba, may offer na natanggap ang editor ko para hawakan ko raw ang isa sa diyaryong inilalathala ng publisher mo? I'm invited to a dinner tonight at his house. Gusto ko sanang samahan mo ako."

"Ako? Why me?"

"Hindi ko alam kung bakit ako kinonsidera ni Mr. Montenegro for the job and I'm a little nervous. Hindi ko alam kung gusto ko ang trabahong inio-offer niya. But I can't turn down someone as important as CY Montenegro. You're his employee. You're someone who has gone through what I'm going to go through tonight. Alam ko na kung kasama kita, hindi ako masyadong kakabahan."

"Are you sure?" atubiling tanong niya.

"You're a workaholic like me," anito sa masuyong boses. Ganoong-ganoon kasuyo ang boses nito habang nagniniig sila at ibinubulong nito sa kanya ang mga nararamdaman nito para sa kanya. "And my lover. You're closer to me than my friend."

Napalunok siya. "Sige, kung iyon ang gusto mo." But she needed to tell him something important. Ibinuka niya ang kanyang bibig pero hindi rin siya nagsalita. Mahirap mag-divulge ng isang sekreto na tanging siya at ilang mga piling taong malalapit lamang sa kanya ang nakakaalam.

Instead, she decided to tell him about it tonight, on their way to CY Monetenegro's house. Once there, he would know. Hindi kasi itinatago ng kanyang ama sa mga kakilala niya ang tungkol sa totoong relasyon nila.

SA KAUNA-UNAHANG pagkakataon mula nang magbukas ang Old Rose Publication ay umuwi nang eksaktong alas-singko ng hapon si Casey. Naligo siya, pumili ng magandang evening dress mula sa mga naka-hanger sa closet niya, saka nagbihis at nag-make up. Nagwisik din siya ng paborito niyang pabango.

Handang-handa na siya nang dumating si Emil bandang alas-siyete ng gabi. As soon as he saw her, he charged at her like a bull and smudged the lipstick on her lips with his own mouth. Tuloy ay muntik na silang ma-late sa pagtungo sa bahay ng kanyang ama.

It was stupid and she often said to herself Emil was different. Pero nang nagbibiyahe sila patungo sa Alabang ay hindi pa rin niya nasabi rito ang tungkol sa kanyang lihim. *He would find out anyway,* nanghihinang sabi niya sa kanyang sarili. Nasa driveway na sila ng malaking bahay ng kanyang ama. Her father greeted them at the front door. She barely knew Emil for her to divulge her secret to him. But once her father saw her and she saw surprise on his face, she knew she should have told Emil the truth before he found it out. Oo nga't hindi pa nila lubos na nakikilala ang isa't isa, but it was not a question of trust. They both knew she had already trusted him enough.

"Casey! It's good to see you, hija!" tuwang-tuwang

sabi ng kanyang ama. Niyakap siya nito at hinalikan sa pisngi.

Napalunok siya saka sumulyap kay Emil. May nabasa na naman siyang pagseselos sa mukha nito habang nakatingin ito sa kanila. Hindi niya alam kung kakabahan o matatawa siya. "`P-Pa," sabi niya sa ama. "How are you?"

"I'm fine, I'm fine. So, you two know each other?"

Tiningnan uli niya si Emil. Gulat na gulat ito. Ganunpaman ay nginitian niya ito. "Yes." Sinagot niya ang kanyang ama pero kay Emil siya nakatingin.

"He's your father?" incredulous na tanong nito sa kanya.

"I'm afraid so."

Inasahan niyang magtatanong ito ng "Bakit hindi mo sinabi?" But he didn't say anything or try to let it show on his face. Sa halip ay kaswal na binati nito ang kanyang ama. "How do you do, Sir?" Kinamayan pa nito ang kanyang ama.

"Now, I want you two to meet my wife," sabi ng papa niya kay Emil at saka nito binalingan ang babae na nakatayo sa tabi nito. "This is Mrs. Madeleine Montenegro." Kapagkuwan ay bumaling ito sa kanya. "And Madeleine, I want you to meet my only daughter, Cassandra."

Nasorpresa siya. May-edad na ang babaeng ipinakilala na asawa ng kanyang ama. She thought the woman was an employee. Pero gaya nga ng naririnig niya, hindi pala.

"At last I met you, Cassandra," nakangiting sabi sa kanya ni Madeleine. "How are you? Your father has told me so much about you." Katulad ng ginawa ng kanyang ama, niyakap din siya nito at hinalikan.

Gumanti siya ng yakap dito kahit medyo nabibigla pa rin siya. Hindi glamorosa ang dating nito. Hindi rin ito matangkad at ganoon kaganda. Madeleine had a kind face, was of average height, used peaches and vanilla-flavored perfume, and was almost motherly. Halos hindi pa rin siya makapaniwala na ito ang bagong asawa ng kanyang ama.

Then they went inside the house. Habang hinihintay nilang maihain ang dinner sa dining room, they chatted in the sala with their drinks. Agad na napunta sa business ang usapan nina Emil at ng kanyang papa, habang kinumusta naman sa kanya ni Madeleine ang estado ng Old Rose Publication.

Nang nakadulog na sila sa hapag ay wala pa ring tigil ang kanilang pag-uusap. Hanggang sa natuon iyon sa personal na buhay nila. Walang ano mang koneksiyon si Madeleine sa anumang negosyo ng kanyang ama so she tended to ask about their lives and their careers.

Nagkakilala ang mga ito sa isang beach resort. Nagkaroon daw agad ng koneksiyon ang mga ito. Apparently, when the short vacation was over, her father proposed to Madeleine who was not aware how rich her father was. Ayon sa kanyang ama, masyado nang mature ang mga ito para patagalin pa ang relasyon ng mga ito bilang magkasintahan. Kaya nang pumayag si Madeleine, agad nagpakasal ang mga ito. Nang araw lamang ng kasal ng mga ito nalaman ni Madeleine kung gaano kayaman ang lalaking mapapangasawa nito.

Sa tingin ni Casey, hindi social climber si Madeleine gaya ng mga naunang asawa ng kanyang ama. Madeleine was a simple woman. Ang tanging mga alahas sa katawan nito ay ang engagement ring at wedding ring nito at stud earrings. The couple seemed happy. Her father certainly had never looked as contented and happy as he looked right now. Unti-unti na siyang naniniwala na mahal ng mga ito ang isa't isa.

For the first time in her life, she encountered real romance. And it was eerie. Nang nagdaang araw ay may nakilala siyang tunay na lalaki na nagmula sa totoong mundo. Ngayon, ang true-to-life romance ng kanyang ama at ng bagong asawa nito ang nasasaksihan niya. Pakiramdam niya ay biglang bumaliktad ang kanyang mundo. The conversation went on until she realized Emil was asking questions about her father.

"Sinasabi ko na nga ba," sabi pa nito. "Someone as reclusive as you would have a story up his sleeve. Ang alam ng mundo, wala kang anak."

Bigla siyang naasiwa. Naalala niya ang minsang nabanggit sa kanya ni Emil na may naaamoy itong kuwento sa pagiging mailap sa spotlight ng kanyang ama. My God, hindi kaya doon talaga mas interesado si Emil kaysa sa trabahong diumano ay ibibigay rito ng kanyang ama? Ginamit lang ba siya nito para makalapit ito sa kanyang ama at makuha nito ang istorya na hinahanap nito?

Kung sakaling ilalabas nito ang istorya tungkol sa kanila ng kanyang ama, her father wouldn't have minded. Emil would get CY Montenegro's permission to print it. But she would mind not because she wanted to keep it a secret for her privacy, but because she felt Emil had betrayed her just like all the other men who had tried to get close to her so they could reach her father. Ganoon ang ginawa sa kanya ng unang lalaki na inibig niya.

CHAPTER NINE

"I'M SORRY but I'm suddenly developing a headache and I must go," paalam ni Casey sa mga kaharap niya. Pinahid niya ng table napkin ang gilid ng kanyang bibig at saka niya iyon ibinaba sa tabi ng kanyang plato.

"Are you all right?" tanong sa kanya ng papa niya. "Hindi pa rin ba magaling ang migraine mo?"

"I'll go ask the driver para maihatid ka pauwi," sabi naman ni Madeleine.

"No. Ako na lang ang maghahatid sa kanya," prisinta naman ni Emil. Yet, his jaw tightened. Nang tumayo siya ay tumayo na rin ito. Ganoon din ang daddy niya at si Madeleine.

"Oh, no. Ituloy ninyo ang pag-uusap ninyo," pigil niya sa mga ito. "Ganito lang talaga ako. Bigla na lang sumasakit ang ulo ko. I'll be all right."

"Gusto mong ikuha kita ng gamot, hija? Anong

gamot ba ang iniinom mo sa sakit ng ulo? Baka meron sa medicine cabinet namin," tanong sa kanya ni Madeleine.

"I have a pill at home that I take and then I just rest. Nawawala naman agad ito. So don't worry about me, I'll be fine," sabi niya.

"Are you sure?"

Bumaling siya kay Emil. Tila nag-oobserba ito. And she could have sworn that beyond the look he had on was disbelief and controlled anger. "Yes, I'm sure," aniya rito. "Hindi mo na ako kailangan dito, `di ba? I don't need to stay. Enjoy your dinner."

Tumiim ang mga bagang nito pero hindi pa rin ito nagsalita. She was definitely sure now about the anger she saw. At hindi niya maisip kung bakit ganoon ang nadarama nito.

"Kung iyon ang desisyon mo, sasabihan ko ang driver. Ipapahatid kita sa kanya," ani Madeleine.

Nginitian niya ito. Inihatid siya ng driver nito. Pagdating sa bahay ay nagbihis siya at nagtanggal ng makeup. Pagkatapos ay nahiga siya sa kama. Kung teenager siya, baka umiiyak na siya nang mga sandaling iyon. But she had learned how to be tough. Life was like that and sometimes, things like this happened. Hindi nanggaling sa fantasy world si Emil. He was just human, after all.

Makakatulog na sana siya nang marinig niyang tumunog ang doorbell. Napabalikwas siya ng bangon. More or less ay alam na niya kung sino ang dumating. Hindi niya napigilan ang pananabik sa kanyang puso. Dali-dali siyang lumabas ng kuwarto at bumaba ng hagdan. When she woke up that morning she knew they were going to be together tonight. Alam niyang alam din ni Emil iyon. Pinagbuksan niya ito ng gate. Pumasok ito roon. Magkahalo ang pagnanasa at galit sa ekspresyon ng mukha nito.

"Why did you suddenly leave without me, Casey? Huwag mong ikatwiran sa akin ang migraine mo dahil alam kong hindi totoo `yon."

Napalunok siya. "Emil..."

"Tama ba ang iniisip ko? Ang sabi ni Mel, mayaman ang ama mo at hindi mo sinasabi sa mga kakilala mo kung sino siya sa takot na magamit ka nila to get to him and have his favor. Hindi mo masabi sa akin kanina kung kaanu-ano mo si CY Montenegro dahil iyon din ang iniisip mong gagawin ko, right? Right?"

Tumango lang siya.

"Hindi kita masisisi sa ginawa mo. I should have understood. But I didn't. Instead, I acted like a stupid fool. I baited you, led you to think what you thought. No, wala akong planong gumawa ng istorya tungkol sa iyong ama. I'm sorry kung iyon ang na-create kong impression sa iyo."

Relieved na tumawa siya. Then she was in his arms. Niyakap siya nito nang mahigpit habang kapwa sila tumatawa.

"Hindi ka talaga gagawa ng article tungkol sa kanya?" tanong pa niya.

"Nope. Nagtagal lang ako sa bahay niya dahil gusto kong kumpirmahin ang balitang planong ipagbili ng ama mo ang isa sa mga imprenta niya kapag hindi pa siya nakahanap ng bagong news editor na magtatagal sa trabaho. May prospective buyer ako, that's all."

"It would have been a good story, right up your alley."

Nag-angat ito ng tingin sa mukha niya. "Kasa-submit ko lang ng huling article ko. Medyo napapagod na rin ako sa kakabiyahe sa kung saan-saan at kaka-undercover sa mga assignment ko. Gusto ko munang magbakasyon at pag-isipan kung ano ang gagawin ko sa buhay ko. At the same time, plano ko ring ilaan ang bakasyong iyon na kasama ka, kung papayag ka."

Napatitig siya rito. "Alam mo bang maghapon akong hindi nakapagtrabaho dahil sa kakaisip sa iyo? Hindi ako nakapagbasa ng manuscripts dahil parang bigla akong nabaduyan sa mga istorya. I've lost my concentration. Ginugulo mo ang buhay ko at ang career ko."

"Same here, Casey. Nagulat ang editor ko nang humingi ako sa kanya ng totoong bakasyon. I've only thought about it this morning. Nang magising ako sa tabi mo. I wanted to live a safer existence. Nabaliktad ang tingin ko sa buhay ko dahil sa iyo."

"What are we going to do? What if this doesn't work out?"

Tinitigan siya nito nang ilang sandali. "Let's live out the storm, shall we? Let's see it together."

Tumango siya nang marahan. Inangkin naman ng mga labi ito ang mga labi niya. Gumanti siya ng halik. Binuhat siya nito at dinala sa kanyang kuwarto which was exactly where they both knew they belonged for the whole night. Kinabukasan, nagising uli siya na wala ito sa tabi niya. But she smiled. She knew he would be back at the same exact place tonight.

She didn't see the tabloid until she had reached the office. Naroon ang artikulo na isinulat ni Larry Garcia tungkol sa money launderer at ang larawan nilang dalawa ni Emil kung saan magkayakap sila habang naghahalikan. Sa ibaba niyon ay may caption na: *Ang maganda at kaakit-akit na si Cassandra Larosa ng Old Rose Romances ang premyo ni Emilio de Veira sa kanyang sarili pagkatapos ng exposé niya tungkol sa money launderer.*

Namutla siya sa kanyang nabasa. So, natuklasan

na ni Larry kung sino siya. Hindi magtatagal at matutuklasan din nito kung sino siya sa buhay ni CY Montenegro dahil siguradong kapag nakita ng kanyang ama ang larawang iyon, gagawa ito ng paraan para magdusa si Larry. He would seek justice for her. Yet, it was too late. Kagaya ng ibang mga nabiktima ng indiscriminate media, na-invade na ang kanyang privacy.

Ano kaya ang gagawin ni Emil?

EMIL did what he thought he had wanted to do with Larry the first time he pulled a stunt like this before. Hinanap niya ito at binugbog. He stayed in prison for a few days because of that as a real inmate. Nakawala rin agad siya dahil sa tulong ng judge na ama niya.

Siniguro niya na walang malalaman si Casey tungkol doon until it was too late for her to visit him in prison. Pagkatapos ng insidenteng iyon ay nahiya na siyang magpakita rito. Bilang ganti sa kanya ni Larry, inilabas nito sa mga artikulo nito ang tungkol sa iba pang mga natuklasan nito tungkol sa personal background ni Casey. Wala siyang nagawa para mapigilan iyon kaya lalo siyang nanghina.

CY Montenegro filed a case against Larry Garcia and his newspaper. Hindi pa man nalilitis ang kaso, pansamantala nang nahinto ang operasyon niyon. Nang bumalik ay wala na sa listahan ng mga empleyado niyon sina Larry at ang editor nito. One might say na nabigyan ng hustisya ang pagka-violate sa privacy ni Casey.

Pero hindi para sa kanya.

Gaya ng ginawa ni Larry, gumawa rin siya ng mga hakbang para makuha niya ang istoryang hinahabol niya. And he felt he was as guilty as Larry. Bumalik ang mga multong kinatatakutan niya. Kaya kahit pakiramdam niya ay mahal na niya si Casey, hindi niya magawang isipin na may kinabukasan para sa kanilang dalawa.

Hangga't hindi niya naaayos ang kanyang buhay, pakiramdam niya ay hindi siya karapat-dapat sa pag-ibig nito. Nag-resign siya sa trabaho at nagplanong umuwi sa probinsiya para makasama ang kanyang pamilya. Doon niya balak magsimula. Aayusin niya ang relasyon niya sa mga ito. Kapag nagawa na niya iyon, then he could go back to Casey. Then maybe, they could both go on with their lives—if he was lucky. Hindi niya alam kung tatanggapin pa rin siya nito sa buhay nito pagkatapos ng mga gulo na ginawa niya.

DALAWANG linggo nang hindi nagpapakita si Emil kay Casey at nagsisimula na siyang mag-alala. Sa katunayan, mas nag-aalala pa siya rito kaysa sa nangyayaring gulo sa kanyang buhay. At least, people had sympathized with her. Nakakatanggap siya ng maraming sulat at bulaklak mula sa mga kilalang tao na nagbibigay ng simpatya at pagdamay sa nangyari sa kanya.

But it really didn't matter anymore. Ang gusto lamang niya ay makita at makausap niya si Emil. Nalaman na niya ang nangyari dito mula sa kanyang ama. Gusto niyang madamayan ito sa kung ano mang bigat na dinadala nito.

Tumunog ang kanyang doorbell. Hindi pa man niya binubuksan ang gate, alam na niya kung sino ang matatagpuan niyang nakatayo sa labas niyon. And she was right. Nakatayo roon si Emil.

"Where have you been?" tanong niya rito.

Pumasok ito sa gate at bigla siyang niyakap kagaya ng ginawa nito noong huling gabi na bumisita ito sa kanya. Ang tagpong iyon ang nalathala sa tabloid. "Nag-isip ako," sagot nito sa tanong niya habang nakasubsob ito sa buhok niya.

"Are you all right?"

Umiling ito. "No. But I know I'll survive. How about you?" Nag-angat ito ng tingin. "Pasensiya ka na, nasali ka sa gulo ko."

Hinaplos niya ang pisngi nito. "It's okay. Feeling ko nga, ako ang may kasalanan kung bakit nasangkot ka sa buhay ko. Kung hindi ako nagkamali sa pagsundo sa iyo sa Muntinlupa, hindi sana mangyayari iyon."

Ngumiti ito pero halatang malungkot pa rin ito.

"Oo nga, `no."

"Ano'ng plano mo? Ano'ng gagawin mo?"

"Magtatago muna sandali. Magpapahinga."

"Totoo bang nag-resign ka na sa trabaho mo?"

Tumango ito. "Oo."

"I see." Hinintay niyang dugtungan nito ang sinabi nito. Na sabihin nito na isasama siya nito o kaya ay sa kanya ito magtatago. Pero hindi nito sinabi iyon. In the end, hindi na siya nag-expect. Theirs was only a very powerful sexual attraction, nothing more. Niyakap uli siya nito. So, this was good-bye. Nakagat niya ang kanyang ibabang labi sa pagpipigil na umiyak.

"Pasensiya ka na, Casey. I seduced you and I never for once stopped and tried to think what my wanting would do to you."

"Hey, it takes two to tango. Pinayagan kitang i-seduce ako. Pareho lang tayo. At wala akong pinagsisisihan sa nangyari."

Umungol ito saka siya hinalikan sa mga labi. Tinugon niya iyon nang buong puso.

"Stay," pakiusap niya rito nang pakawalan nito sandali ang kanyang mga labi. "Stay for tonight, Emil. Ayoko ng simpleng good-bye."

"Casey..." Tila nais siyang pagbigyan nito kaya binuhat siya nito at ipinasok sa bahay. Ilang sandali lamang at nasa loob na sila ng kanyang kuwarto.

Magkaulayaw sila nang buong magdamag. Ginawa nito ang lahat para mag-iwan sa kanya ng tatak ang pagsasalo nila nang gabing iyon. Hindi man nito kinayang isaboses ang damdamin nito para sa kanya, sa bawat halik at haplos nito at sa paulit-ulit na pagsasanib ng kanilang mga katawan ay nag-iiwan ito sa kanya ng pangako ng pagbabalik.

Kaya naman paggising niya kinaumagahan at matagpuan niyang wala ito sa tabi niya ay hindi siya nabahala. Kinuha niya ang mga larawan nila at pinakatitigan niya ang mukha nito. Dalawang linggo pa lamang silang magkakilala but she felt like it had been a lifetime. Alam niya sa kanyang puso na habang-buhay na mananatili sa kanyang puso ang istoryang binuo nila. She would never rewrite a single part of it.

Pero bigla siyang nalungkot. Marami man silang pinagsaluhang matatamis na sandali, naroon pa rin ang katotohanang kahit kailan ay hindi na manunumbalik ang dating sigla ng bahay na iyon. Dahil wala na sa buhay niya si Emil.

CHAPTER TEN

UMUWI si Emil sa pamilya niya sa Mariveles. Halos mabaliw siya dahil wala siyang ginagawa roon. He was a man of action, he couldn't live without doing anything. Nag-apply siya ng trabaho sa kapatid niya na congressman. Nagprisinta pa siya na ayusin ang disorganisadong opisina nito. Tinanggap naman nito ang kanyang tulong.

For the next five months ay naging personal secretary siya nito, naging kaargumento ng kanilang ama tungkol sa mga kasong hinahawakan nito, at naging baby son ng doting mother niya na sabik na sabik sa kanya. He also regaled Nena, their old cook who worked as his yaya when he was little, with stories of his undercover investigative works. Natuwa ito dahil sa achievements niya sa karera na iniwan niya.

Pero sa kabila ng pag-e-exert niya ng effort na

abalahin niya ang kanyang sarili ay hindi pa rin niya makalimutan si Casey. Iniisip niya kung paano ito nakaka-cope up sa pagkawala niya, kung nakikipag-date na ba ito sa ibang lalaki, o kung muli nitong inaabala ang sarili nito sa pagtatrabaho.

Nakabili na siya ng pocketbook na *Cherish* pero hindi pa niya nababasa ang istorya niyon. Nakatago lamang iyon sa drawer ng night table niya. Gabi-gabi ay niyayakap niya iyon.

It took a while for him to realize he didn't belong to his family's house anymore. He had tried hard to fit in but he never really did. Marami pa rin silang hindi mapagkasunduan na issue ng kanyang ama at palagi pa rin silang nag-aargumento nito. His job as his Kuya Gabby's assistant became boring for him and he hated being doted upon as a child. Noon pa ba niya magugustuhan ang ganoong pagtrato kung kailan malaki na siya? Ganunpaman ay nanatili pa rin siya nang dalawang buwan doon at pilit na ginagawang komportable sa lugar na iyon. Hangang sa ang mga ito na ang magtaboy sa kanya.

"Emil, you're too good a reporter to come here everyday and harass my secretary," sabi sa kanya ni Kuya Gabby. "Go back to Manila and go find yourself a new career. You'll go stagnant in my office."

Tumigil siya sa pagtatrabaho sa opisina nito at pinag-isipan kung babalikan pa niya ang karera na iniwan niya. Pagkalipas ng dalawang linggo ay ang ama naman niya ang nagsalita. Nakadulog sila noon sa dining table at nasa kainitan ng pag-aargumento tungkol sa stock market nang biglang matuon sa kanya ang usapan.

"There's a good and a bad side to everything, hijo. And it takes a tough man to have the caliber you've had as a reporter. Go back and do what you love to do. Huwag kang mag-alala sa amin dito. Basta dumalaw-dalaw ka rito paminsan-minsan. I will really miss our arguments."

"Dad..." sabi niya. Nang mga sandaling iyon ay parang nais niyang umiyak.

"Go, hijo. Go back to Manila and see if you still have her. If yes, isama mo siya rito. We really would want to meet her, too."

Napabaling siya sa kanyang ina. "Mom?"

"That picture sa tabloid, siya rin iyong babaeng nasa cover ng pocketbook na nakita ko sa kuwarto mo, right?"

"Yes, Mom."

"So, ano ang dahilan at hindi mo siya binabalikan? You obviously love her."

"Hindi ko siya puwedeng mahalin hanggang broken man ako," aniya.

"What made you a broken man, hijo?" tanong sa kanya ng daddy niya.

Napalunok siya. He really would not relish being the "next issue" on the dining table pero mukhang hindi niya maiiwasan iyon. He knew his father had been trying to grab any opportunity to latch on a sermon about the way he lived his life.

"Well, I still can't agree with my family, and I don't have a career. I can't swallow my disgust and disillusionment about the business I used to be a part of. Hindi ko matanggap na ang mismong industriyang iyon ang gumulo sa buhay ng maraming tao na hindi ko sinasadyang mabiktima ng mga exposé ko at sa buhay ng babaeng minamahal ko. I can't go back there. Do you think it cheers me up after I've sent a father to jail because he committed a crime he couldn't pay for? Do you think I enjoy seeing his family cry?" marahang tanong niya sa kanyang ama.

"Of course, I don't. You have to do those exposés because you wanted to make the world a better place to live in. Hindi krimen iyon. And I am proud of you for doing what you had to do, kami ng mommy mo at ng kuya mo. Make no mistake about that, hijo."

"Dad..."

"Huwag na huwag mong isiping ibaba ang sarili mo sa lebel ng Larry Garcia na iyon," sabi ng kanyang mommy. "You're a good man, Emilio. A rebel, yes, but not a scum. In fact, you're so much like your father," nangingiting dagdag nito. Ginagap nito ang kamay ng kanyang ama. "I can see him in you in his younger days. Right, Dad? You used to make your parents' heads ache. `Di ba?"

"Mommy, naman," reklamo ng kanyang ama. "Matagal nang nangyari iyon. Huwag mo nang ibalik pa."

"Ang sinasabi ko lang sa anak mo na kung bad siya, bad ka rin. But you're not, so he's not." Tumingin sa kanya ang kanyang ina. "Go back to her, hijo. If what you'd shared before was good—and it must be because you've crumpled that poor book in your sleep every night—then she's a foolish woman to forget you. When you love someone that much, you can't live your life without needing that someone. And I can see in your eyes you need her. Paano kung sa mga sandaling ito, hinahanap ka rin niya at kailangan ka rin niya? Ano ang gagawin mo?"

That stopped him cold. Nagsisi siya at hindi niya inisip iyon. Nang gabi ring iyon, nag-empake siya.

Kinabukasan, nasa biyahe na siya pabalik sa Maynila.

NAGTUNGO si Casey sa opisina ng Old Rose Romances para dalhin ang mga manuscripts na in-evaluate niya. Inihanda agad ni Mitch ang mga bagong manuscript na babasahin niya sa bahay. Isang buwan na siyang sa bahay na lamang nagtatrabaho. Hirap na siyang pumasok nang araw-araw sa opisina kaya ipinayo sa kanya ng ob-gyn niya na mag-slow down dahil kabuwanan na niya.

Personally, ayaw niya sa ganoong setup. She just thought they were all overreacting about her condition. Kaya pa naman niya ang kanyang sarili kahit minsan ay parang naghahabol siya ng hininga. Ang totoo, excited na siya sa nalalapit na panganganak niya. And there was no reason for her to worry.

Nagbunga ang huling pagniniig nila ni Emil. Now, she was nine months pregnant with their baby girl. May nakahanda na rin siyang pangalan para dito—Cassandra Emillia.

Nang malaman ng kanyang ama ang tungkol sa pagbubuntis niya, sinabi nito na ipapahanap nito si Emil. Pinigilan niya ito. She was four months on the way then, and she couldn't hide her pregnancy anymore. She decided to tell him about it. Nagkasundo sila na papayagan niya itong alagaan siya basta huwag nitong ituloy ang plano nito na hanapin si Emil at sabihin dito ang tungkol sa kanilang anak. Doon na rin siya tumira sa bahay nito.

Magkaganoon man ay madalas pa rin niyang binibisita ang kanyang bahay. May mga gabing doon pa rin siya umuuwi gaya ng plano niya nang araw na iyon. Minsan, nagagalit ang kanyang ama sa ginagawa niyang iyon dahil na rin sa pag-aalala nito sa kanya. Pero sadya nga yatang matigas ang kanyang ulo kaya hindi niya ito pinakikinggan.

Dalawang linggo na lamang at due date na niya. So, she promised him this morning na huling beses na niyang gagawin iyon. Na hindi na muna siya babalik sa bahay niya pagkatapos niyang manganak at hindi pa tuluyang nakakabawi ng lakas.

Napapangiti siya kapag naaalala niya ang relasyon nila ngayon ng kanyang ama. Kung noon, ang dahilan nito kung bakit hindi siya nito mapilit makuha sa kanyang lolo ay hindi nito sigurado kung magiging mabuting ama ito, ngayon ay napatunayan nito, at least, sa kanyang isip, na nagkamali ito sa akala nitong iyon. She was happy they were given the chance to be close with each other. Having the baby only proved she needed her family in her life. At walang ibang taong nakatulong sa kanya nang lubos na gaya ng tulong at suportang naibigay sa kanya ng ama niya at ni Madeleine sa lumipas na walong buwan.

Bumuntong-hininga siya nang maalala niya si Emil. Walang araw na hindi niya ito naaalala. Kumusta na kaya ito? Kumusta na kaya ang relasyon nito sa pamilya nito? Ang huling balita niya ay umuwi ito sa pamilya nito. Her father had sold the newspaper to Emil's former editor. May silent business partner si King na hindi na niya inalam pa kung sino. Ito ang nagbalita sa kanya sa nangyari kay Emil. Sinabi rin nito na kung babalik si Emil sa trabaho ay bukas pa rin ang newspaper na iyon para dito.

What would be his reaction when he found out about their baby?

Gumalaw ang sanggol sa kanyang sinapupunan. Parang sinasabi nito na ito man ay nami-miss ang ama nito. Napahawak siya sa kanyang tiyan at hinaplus-haplos iyon. Mayamaya ay nakita siya ni Mel na lumabas ng opisina nito. Nilapitan siya nito.

"Kailan ba lalabas ang inaanak ko, ha? Ang tagal naman niyan. Nakaka-excite na!"

"Mas excited ka pa ba sa akin, ha?" natatawang sabi niya rito.

Kinausap pa nito ang anak niya pagkatapos ay

tumayo ito nang diretso. "Hay, naku, ewan ko ba sa iyo kung paano mo natitiis na hindi sabihin sa daddy niya ang tungkol sa kanya. Kung ako nga na hindi niya kadugo, kulang na lang umiri para sa iyo para lumabas na at makita ko ang inaanak ko, si Emil pa kaya?"

Napalis ang kanyang ngiti. "Mel, please..." sabi niya saka nagpalinga-linga sa takot na may makarinig sa sinabi nito.

"Alam kong gugustuhin niyang malaman ang tungkol sa baby n'yo. Go and let your father find him so he would know. Maaaring may mga tinatakasan siyang multo but I don't think he's the kind of man who would want to run away from his responsibility as a father. Huwag mong ipagkait sa kanya ang pagiging ama."

"Haay, kailan ka kaya titigil sa pagme-meddle sa buhay ko, bruha ka?" pabirong sabi niya.

"Nevah!"

She sat in an editorial staff meeting that morning but her mind wasn't on it. Then she took a nap in her office before she signed the documents she needed to sign for the week. Pero ang totoo, hindi maalis-alis sa isip niya ang sinabi sa kanya ni Mel. Sumagi na rin sa isip niya ang bagay na iyon. Pagiging sakim ba ang inaakala niya ay pagpapaubaya niya kay Emil ng kalayaan nito para maisaayos nito ang buhay nito? Mali ba na itinatago niya rito ang tungkol sa kanilang anak? Dapat na ba talaga niyang sabihin dito ang katotohanan? Nagbuntong-hininga siya. Ano ba ang dapat niyang gawin para malaman niya kung ano ang tama at ang mali?

Sinuri niya ang kanyang sarili. Inilagay niya ang sarili sa sitwasyon ni Emil. She suddenly realized those people who cared about her were right. Hindi nga ba't inisip ni Emil noon na tinraidor niya ito nang hindi agad niya sinabi rito ang tungkol sa kanyang ama? Ano naman kaya ang itatawag nito sa ginagawa niyang pagkakaila rito tungkol sa kanilang anak?

Isang kasakiman iyon sa parte niya, isang malaking pagkakamali na kailangan niyang itama. If he wanted to come back to be a part of his daughter's life, he wouldn't interfere. Matatanggap niya kung hindi na siya mahal nito. Ang ayaw niyang mangyari ay lumaki ang anak niya na walang kinikilalang ama. Dali-dali niyang tinawagan ang kanyang ama at sinabi niya rito ang bagong desisyon niya.

"I have his number right here. Hinihintay ko lang na magbago ang isip mo, anak," sabi naman nito.

She wasn't even surprised to hear that. "Pakisabi sa kanya kapag nakausap mo siya na nasa bahay ako nina Lolo sa Taguig. Doon ko siya hihintayin at doon kami mag-uusap."

"Sige."

It was almost five and she was ready to go home when she received her father's call in her cellphone.

"Hindi ko nakausap si Emil, hija. Ang nakausap ko ay ang kanyang ina. Ang sabi ni Mrs. de Veira, lumuwas na raw dito sa Maynila si Emil. And that you should expect a visit from him any day now."

"Si Emil, narito na sa Maynila?" Muntik na niyang makalimutan na nasa kabilang linya pa ang kanyang ama dahil sa tuwa na naramdaman niya. He immediately said good-bye. Pagkatapos ay nagtungo siya sa parking lot at inutusan ang kanyang driver na ihatid na siya nito sa Taguig. She had to go home and get ready for Emil.

Pagdating nila roon ay may nakaparada nang kotse sa harap ng gate. Nang tumigil ang kotseng kinalululanan niya sa tabi niyon, bumaba mula sa driver's seat si Emil.

PAKIRAMDAM ni Emil ay nalipat ang puso niya sa kanyang lalamunan habang hinihintay niyang bumaba ang nakasakay sa kotseng huminto sa tabi ng kotse niya. The windows of the car were tinted but he had a good guess kung sino ang nakasakay roon. Tumawag siya sa opisina ni Casey at sinabi ni Mitch na pauwi na raw sa Taguig si Casey. Kaya naman hinintay na niya ito roon.

But the shock he felt when Casey did get out of the car was something he had never experienced before. He almost fainted when he saw her big tummy. She was pregnant. Who was the father of her child? He staggered and had to hold on to his car so he wouldn't fall. Tumayo ito sa harap niya at tinitigan siya nito.

No, there was no other man, nangingiting sabi ng isip niya. Nangingiti at naiiyak siya sa sobrang saya. "Mine?" tanong niya sa paos na tinig.

Sinuntok nito nang mahina ang kanyang dibdib. Naluluha na rin ito.

"Bakit hindi mo sinabi?"

"I'm sorry. Pero kanina ay tumawag si Papa sa bahay ninyo. Pero wala ka na raw doon. Nakabalik ka na raw dito kaninang umaga."

"It took you that long to decide to tell me?"

"It took you that long to decide to fulfill your promise to come back?"

"Did I...?

Tumango ito. "Yes, you did that the last night we made love. Hindi mo sinabi pero naramdaman ko. Can you honestly tell me you had no plans of coming back, Emil?"

Umiling siya dahil alam niyang totoo ang sinasabi nito. "No!"

Niyakap niya ito. Naiiyak na siya. "Sshh... we're both foolish not to recognize love when it hits us."

Tumango ito.

"I'm sorry it took me so long to come back. Matagal bago ko natagpuan ang sarili ko, Casey. And it wasn't there. Hindi ko natagpuan iyon sa bahay ng mga magulang ko. Narito lang pala iyon."

"You're forgiven. I'm sorry it took me so long to tell you. Alam ko kasing babalik ka. I'm sorry din."

"You're forgiven." Niyakap niya ito nang matagal. There were so many words he wanted to say but he kept quiet. He was exactly where he was supposed to be. Kaya bakit pa siya magtatanong?

EPILOGUE

IDINAOS ang kasal nina Casey at Emil sa malawak na hardin ng bahay ng ama ni Casey. Kompleto ang kanilang pamilya. Iyon na ang pinakamasayang araw sa buhay ni Emil. Bago sila ikasal ay ipinagtapat niya kay Casey na siya ang silent partner ni King sa publication na binili nila sa ama nito.

"Hindi ko pa alam kung kailan ako babalik sa trabaho. But at least, I have somewhere where I can start."

"Hindi ka ba maiinip niyan? Sanay kang may ginagawa," nag-aalalang tanong nito sa kanya.

"Anong maiinip? Pa'no ako maiinip, eh, inaalagaan kita? Ayoko na ngang umalis sa tabi mo. Kulang na kulang ang oras ko sa iyo."

"Napansin ko nga. Kulang na lang samahan mo ako kahit sa CR," natatawang sabi nito.

"I would love to see you sitting on the toilet bowl. Siguradong ang cute ng hitsura mo."

Pinalo siya nito.

PARA kay Casey, kulay-rosas ang mundo niya ngayong asawa na niya si Emil. They decided to stay in their house until after she had given birth. Para sa gaya niyang nasanay nang mag-isa, na-overwhelm siya sa ipinapakitang pagmamahal sa kanya ng tatlong tao na mahalaga sa buhay niya. Minsan, parang hindi siya makapaniwala na marami palang taong nagmamahal sa kanya.

Naging mas malapit ang kalooban nilang mag-ama. Naroon din si Madeleine na itinuturing na niyang tunay na ina. Labis-labis ang suportang ibinibigay ng mga ito sa kanya. Madeleine proved to be a splendid and loving mother.

At mayroon siyang asawa na embodiment ng lahat ng maaaring hilingin ng isang babae sa isang lalaki. Ramdam na ramdam niya ang pagmamahal nito sa kanya. Hindi niya maisalin sa salita ang tuwa niya kapag nakikita niya ang pagmamahal nito sa kanilang mag-ina. Natutunaw ang puso niya at kumakanta ang kanyang kaluluwa. Iyon na nga siguro ang tunay na pag-ibig.

Hindi na siya makapaghintay na dumating ang araw na maaari na uli niyang ibigay rito ang kanyang sarili, physically. Alam niyang pareho sila ng saloobin ng kanyang asawa. And the feeling was so intense they wouldn't dare talk about it. All they could do was to wait.

Sa wakas ay dumating ang araw ng panganganak niya. Mula nang humilab ang kanyang tiyan at hanggang sa dalhin siya sa loob ng delivery room ay hindi umalis sa kanyang tabi si Emil. Hanggang sa huling pag-iri niya ay hawak nito ang kanyang kamay. Sabay silang tumawa at umiyak nang marinig nila ang unang pagpalahaw ng kanilang anak. Nang mabalutan ng blanket ang bata at ibaba ito sa kanyang dibdib ay hinalikan niya ito.

"I love you," bulong sa kanya ni Emil, saka nito hinalikan din ang kanilang anak.

Nag-angat siya ng tingin sa guwapo at luhaang mukha ng kanyang asawa. Her search had ended. Bago pa man niya makilala si Emil, may hinahanap na siya sa kanyang buhay. Finding Emil was the start of the realization of her dreams.

"I love you, too," naiiyak na sabi niya rito.

At naglapat ang kanilang mga labi sa isang masuyong halik.

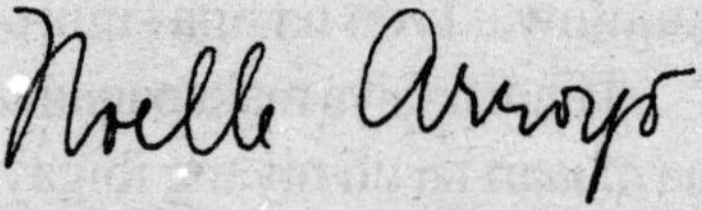

••• WAKAS •••